சாஞ்சி

காஞ்சி

சேரன் (பி. 1960)

ஈழத்து நவீன கவிதையின் முதல்வரான மஹாகவியின் மகன்.

சேரன் தமிழிலும் ஆங்கிலத்திலுமாகப் பல இதழ்களில் தொடர்ந்து பத்தி எழுதியுள்ளார். அவருடைய ஆங்கில நாடகங்கள் கனடாவிலும் அமெரிக்காவிலும் அரங்கேற்றப் பட்டுள்ளன. கவிதைகளும் பிற படைப்புகளும் ஆங்கிலம், ஜெர்மன், மலையாளம், கன்னடம், சிங்களம், ஸ்வீடிஷ் உட்பட இருபது மொழிகளில் மொழிபெயர்க்கப்பட்டுள்ளன. *'What If the Rain Fails', 'Canto of War', 'Not By Our Tears'* ஆகிய அவருடைய ஆங்கில நாடகங்களை கனடாவின் *Asylum Thetare Group* தயாரித்துக் கனடாவிலும் அமெரிக்காவிலும் மேடையேற்றிவருகிறது.

சேரன் கவிதைகள் செல்வா கனகநாயகத்தின் மொழி பெயர்ப்பில் *'You Cannot Turn Away' (Toronto: TSAR Publishers,* 2011) எனவும் லக்ஷ்மி ஹோம்ஸ்ட்ரோம், சாஷா எபெல்லிங் ஆகியோரின் மொழிபெயர்ப்பில் *'In a Time of Burning' (Todmorden, UK: Arc Publications, 2013) 'The Second Sunrise' (Delhi: Navayana,* 2012) எனவும் வெளியாகியுள்ளன.

பவானி தம்பிராஜாவின் மொழிபெயர்ப்பில் டச்சு மொழியில் '*Het Verhaal Van de Zee' 2018, 'Liefsde Kent Geen Sleur'* (2018) என இரு நூல்கள் வெளியாகியுள்ளன. வங்காள மொழியில், 'நிர்பச்சிதோ கொபிதா' என்ற தலைப்பில் சோபிக் டி சர்க்காரின் மொழிபெயர்ப்பில் தெரிந்தெடுக்கப் பட்ட கவிதைகள் 2017இல் வெளியாகியது.

இவர் கனடாவின் வின்சர் பல்கலைக்கழகத்தில் சமூகவியல், மானிடவியல் துறையில் பேராசிரியராகப் பணியாற்றுகிறார்.

சேரனின் கவிதைகளை ஸ்பானிஷ் மொழியில், இஸபெல் அலோன்ஸோ எனும் கவிஞர் மொழிபெயர்த்து '*Siembra Solo Palabras* / சொற்களை மட்டும் விதை' எனும் தலைப்பில் இருமொழித் தொகுப்பாக 2019இல் வெளியிட்டுள்ளார்.

மின்னஞ்சல்: *cheran@uwindsor.ca*

புகைப்பட உதவி:
ரஷ்மி

சேரன்

காஞ்சி

காலச்சுவடு பதிப்பகம்

அன்பார்ந்த வாசகருக்கு,

வணக்கம்.

காலச்சுவடு நூலை வாங்கியமைக்கு நன்றி.

நூலின் உள்ளடக்கம், உருவாக்கம், அட்டைப்படம் இன்ன பிற அம்சங்கள் பற்றிய உங்கள் கருத்துகளையும் ஆலோசனைகளையும் காலச்சுவடு வரவேற்கிறது. தகவல், எழுத்து, வாக்கியப் பிழைகள் தென்பட்டால் அவசியம் தெரிவித்து உதவுங்கள். நூல் தயாரிப்பில் கடும் குறைபாடு இருப்பின் மாற்றுப் பிரதி உங்களுக்குக் கிடைக்கக் காலச்சுவடு ஏற்பாடு செய்யும்.

மின்னஞ்சல்: **publisher@kalachuvadu.com**

காலச்சுவடு நாகர்கோவில் அலுவலகத்துக்குக் கடிதம் அனுப்பலாம்.

தங்கள்
எஸ்.ஆர். சுந்தரம் (கண்ணன்)
பதிப்பாளர் — நிர்வாக இயக்குநர்

காஞ்சி ❖ கவிதைகள் ❖ ஆசிரியர்: சேரன் ❖ © உ. சேரன் ❖ முதல் பதிப்பு: டிசம்பர் 2023, மூன்றாம் பதிப்பு: மே 2025 ❖ வெளியீடு: காலச்சுவடு பப்ளிகேஷன்ஸ் (பி) லிட்., 669 கே.பி. சாலை, நாகர்கோவில் 629001 ❖ கோட்டோவியங்கள்: றஷ்மி

kaanchi ❖ Poems ❖ Author: Cheran ❖ © R. Cheran ❖ Language: Tamil ❖ First Edition: December 2023, Third Edition: May 2025 ❖ Size: Royal ❖ Paper: 18.6 kg maplitho ❖ Pages: 152

Published by Kalachuvadu Publications Pvt.Ltd., 669, K.P. Road, Nagercoil 629001, India ❖ Phone: 91-4652-278525 ❖ e-mail: publications@kalachuvadu.com ❖ Illustrations: Rashmy ❖ Printed at Mani Offset, Chennai 600077

ISBN: 978-81-19034-73-4

05/2025/S.No.1257, kcp 5799, 18.6 (3) russ

மிக்க அன்பும் நனி நன்றியும்

ஔவை, அரசி, அஞ்சனி, திராவிடமணி, அனார், மிஸ்ரா, தீபு, விக்கி, சோழன், சிவகுமார், றஷ்மி, செந்தூரன் ஈஸ்வரநாதன்.

உள்

தீராதது

1. தீராதது	15
2. சுவனம்	16
3. கார்த்திகை	17
4. யாழ்ப்பாணம்	18
5. பகல்	19
6. நுஃமானி	20
7. வரலாற்றுக்கு இல்லாத குரல்	21
8. சேரா இடம்	24
9. ஆண்டவள்	25
10. சந்திரிகையின் பாடல்	26
11. தங்களுக்குரியதும் ரகசியமானதும்	28

இந்தத் தெருவில் எப்போதும்

12. இந்தத் தெருவில் எப்போதும்-1	31
13. இந்தத் தெருவில் எப்போதும்-2	32
14. இந்தத் தெருவில் எப்போதும்-3	33
15. இந்தத் தெருவில் எப்போதும்-4	35
16. இந்தத் தெருவில் எப்போதும்-5	36

படையாள் பாடல்

17. படையாள் பாடல்-1	39
18. படையாள் பாடல்-2	40
19. படையாள் பாடல்-3	41

20. படையாள் பாடல்-4		42
21. படையாள் பாடல்-5		43

கடிதங்கள்

22. கடிதங்கள்-1		47
23. கடிதங்கள்-2		48
24. கடிதங்கள்-3		49
25. இடையறா மழை		53
26. யா அல்லா!		54
27. சிறகு		55
28. மற்றும்		56
29. சாம்பலும் புன்னகையும்		57
30. பறவை		58
31. ஆயிரம் பெண்களைக் கூடியவனின் பாடல்		59

கிளிப் பாட்டு

32. கண்ணாவின் கிளி		63
33. அண்ணாவின் கிளி		64
34. கிளி		65
35. கிளிமொழி		66
36. மீன் கிளி		68
37. அந்தரக் கிளி		69
38. ஒரு கிளியைக் கூண்டிலிருந்து விடுவிக்கும்போது		70

பழங்கள்

39. பழங்கள்-1		73
40. பழங்கள்-2		74
41. முலைப்பழம்		75
42. மொழி		79
43. மாம்பழக் குருவி		80
44. முதிர் காதல்		81
45. இன்னொரு வாழ்வு		82
46. ஒளியில் இருப்பவளுக்கு		85

47. நீர்விளக்கு	86
48. அப்படி ஒரு கனவு இல்லை என்றார்கள்	87
49. பூவும் பறவையும்	88
50. நீலாவணை	89
51. மைக்கேல்	90
52. வெள்ளிக் காலடி	91
53. நினைக்க மறுப்பவை	92
54. கதை இதுதான்	93
55. பலி	95
56. பொய்	96
57. இன்னொரு விரல்	97
58. ஒரு துளி ஒளி	98
59. மஹ்மூத் தர்விஷுக்கு	99
60. கல்லில் எரியும் நெருப்பு	100
61. ஆட்சித் தலைவரின் அறை	101
62. ஓம். நான் சொல்லுகிறேன்.	102
63. தோல்	103
64. முடியா முடிவு	104
65. காதலர்	105
66. சிங்கத்தின் கதவு	106
67. திரிபு	107
68. தாத்தாவின் வல்லை வெளி	108
69. தெரியாது என நாங்கள் மறுமொழி தர முடியாது	110
70. கொள்ளி	112
71. ஒளிக்கும் இருளுக்கும் அப்பால்	113
72. சாம்பர்	115
73. அன்னா அஃமத்தோவாவுக்கு	116
74. ஒற்றைச் சிலம்பு	117
75. மறுமொழி	118
76. பனியில் எழுதுதல்	119
77. கறுப்பாய் இருத்தல்.	120

78. இரவு அவர்களோடு போய்விட்டது	121
79. தண்டபாணி தேசிகருக்கு	122
80. பட்டினப்பாலை	123
81. போர்க் காலம் முடிந்துவிட்டது	124
82. மூதாளர்	125
83. ஒளி	126
84. தொலைந்தால் திரும்பி வராதவை	127
85. தொலைத்தாலும் திரும்பிப் பெறுபவை	128
86. எழுத்துக்கு அப்பால்	129
87. உயிர்	130
88. புழுதிப்பனி. துலங்காத சூரியன்.	131
89. எரிக்கலாம்	132
90. சோமிதரனுக்கும் சந்தரஸிக்கும்	133
91. மைக்கேலுக்கும் பிருந்தனுக்கும் அனாமிகாவுக்கும்	134
92. அடர்பனி	135
93. கறுப்பு	136
94. கறுப்புக் கடல்	137
95. ஒரு பிற்பகலில் ஓராயிரம் எழுதியது	138
96. ஒளியாய் இருப்பவளுக்கு	139
97. காதலர்கள்	140
98. நீர் பாடியது	142
99. ஆறா ஒளி	143
100. தஞ்சை	144
101. காயம் பட்ட நீர்	145
102. புன்னகை	147

தீராதது

1. தீராதது

வெயில் தராத பகலவன்
இன்றும் வருகின்றான்

உலகிற்கு வண்ணங்கள் இல்லை

நெடுந்துயரமும் அழுகையும்
தொடர்ந்து வரும் சா வீடுகளும்
தூக்கத்திலும்
தலைகீழாகப் புரண்டு எழும் உடலும்
என
மானுடம் ஏதிலியாக மாறுகின்ற பொழுதில்

நான் ஏற்றி வைக்கிற கவிதைத் திரி
நீ வீசும் இளங்காற்றில்
புன்னகையோடு மலரட்டும்.

o

2. சுவனம்

காலையில் எழுந்தேன்
கடவுளைக் கடந்தேன்
நடக்கையில்
கூடவே வந்தது என் நாய்க்குட்டி

கடவுளர்க்கு அப்பாற்பட்டு
இருமையை மீறும் புதிய சுவனங்களை
யாருமே தர முடியாது
என உச்சாடனம் செய்பவர்களைக் கடந்து செல்கிறேன்

கவிஞன் தரலாம்
காதற் பெண்டிரும் தரலாம்

கனவுகளையும் பிறவிப் பெருங்கடலையும் எழுதுபவர்கள்
இன்றைக்குப் போய் ஒழியட்டும்

திரையிட்டு முகம் மறைத்துக் காதல் பொங்க
அழகும்
காம உச்சத்தில் அல்குலின் இன்பக் கண்ணீரும்
வெள்ளமெனப் பெருகி
உலகை உருவழிக்கும் ஒரு தேன்பொழுதில்

இவளுக்குத் தூக்கம்

எனக்கோ குழந்தைகளின் அழுகை

வெளியே, மற்றவளின் பெருங்கோபத்தை
காற்று அடித்துச் செல்ல வேண்டுகிறேன்.

3. கார்த்திகை

எந்தத் தீப்பெட்டியாலும்
எல்லா நெருப்புப் பொறிகளாலும்
ஏற்றி வைக்க முடியாத ஒரு விளக்கை
அம்மா கடவுளிடம் கொண்டு சென்றாள்

அவர் சொன்னார்:

மகளே,
குருதியில் எரியும் கனவுக்கு
விளக்கேற்ற வேண்டாம்;
இறப்பும் நினைவும் ஒளியில் அல்ல
அறத்தில்.

4. யாழ்ப்பாணம்

என்னுடைய பட்டினத்துக்கு
மீண்டுள்ளேன்.
பல்லாண்டு காலக் கண்ணீர்
என்னை இங்கு கொண்டுவந்து சேர்த்திருக்கிறது.

என் நெல்லி மரத்தை அவர்கள்
வெட்டி விட்டார்கள்
மலை வேம்புகளையும் கமுகையும் இளம் பூவரசையும்
அவர்கள்
விற்று விட்டார்கள்.
அற்றோம் நாம்.

என் கவிதைகளுக்கு மணற்றிடரையோ
கடலோரக் காணித் துண்டையோ பரிசளிக்க வேண்டாம்
ஒரு முள்முருக்கம் பூவைத்தான் கேட்டேன்.

முடிய மறுக்கும் கொட்டாவியிலும்
எரிய மறுக்கும் வாழைத் தண்டிலும்
உப்புநீர்க் கிணறுகளிலும்
செயற்கை மருந்துகளால்
வீங்கி எழுந்த ஆண்குறிகள்
போன்ற கோவிற் கோபுரங்களிலும்
நாங்கள் தற்கொலை செய்கிறோம்

5. பகல்

மேசையில் தூங்கும் அப்பிள்
அதன் மருங்கிலே
உடைந்த கண்ணாடிக் கிண்ணம்
மூலையில் தூங்கும் பூனை
அதன் கனவிலே எப்போதும்
மீன் அல்லது புலி அல்லது பறவை
அல்லது இரவில் கொடூரமாகக் குரலெழுப்பும்
கூகை

வெயில் மேலெழுந்து அகன்று போக
புணர மறுக்கும் பழைய காதலியுடனும்
பழங்காலக் குகைச் சித்திரம் போன்ற
அவள் நினைவுகளுடனும்
மாலை வருகிறது

இன்னொரு மையல்.
இல்லையேல் சமையல்.

6. நுஃமானி

நறுமணமற்றுப் பூத்திருக்கும்
தெருவோர அழகுச் செடிகள் எல்லாவற்றுக்கும்
பெயர் தெரியாது
தெரிந்த பெயர்கள் அச்சமூட்டுகின்றன அல்லது
முறுவல் தருகின்றன:

முரட்டுப் படையாள், எலிவால், இஞ்சியில் ஆடும் பெண்,
வெட்டியான், தும்புக்கட்டு

கார்ல் லின்னேயஸ் இவைக்கு வைத்த பெயரை
சுட்டெரித்து விடலாம்
பேராதனைப் பூங்காவிலும் பல்கலைக்கழகத்திலும்
எல்லாப் பூக்களுக்கும் பெயர் இருக்கிறது
அவைக்கு நுஃமான் மாமா வைத்த பெயர்
மழை நாள்கள் வந்தாலும் வராவிட்டாலும்
என் நினைவில் அழியா நிழல்கள்:

மஞ்சள் நுஃமானி
சிவப்பு நுஃமானி, மின்னொளி
நுஃமானி, நிறமில்லா நுஃமானி, ஊதா நுஃமானி

பூ இதழிலும் அன்பிலும் நிறங்களிலும்
எப்போதும் கரையும்
நுஃமானி

7. வரலாற்றுக்கு இல்லாத குரல்

நீங்கள் அனுப்பிய வீடியோவைப் பார்த்தேன்
சீனாக்காரன் முகத்தில் மண்ணிறப் பூச்சு

"அதில் என்ன சிக்கல்?" என்று கேட்கிறார் அமைச்சர்
அவர் தமிழர். நிறம் என்ன நிறம்?
நூற்றாண்டு காலமாக
நம் நிறத்தையும் அடையாளத்தையும் சொன்னவர்கள்
வெள்ளையர்
ராஃபிள்ஸ் துரையின் வெள்ளைத் தோலை
விட்டுவிடுங்கள்
அவரது கதையில் அல்ல நமது கதை

அவரது கதையில் இருந்து
உருவானது சிங்கப்பூர் என்பது
அவர்கள் கட்டி எழுப்பிய பெருங்கதை.

நாங்கள் கூலித் தமிழர்
தமிழோ கூலித் தமிழ்.
காற்றை எதிர்ப்பவர்கள்
பெருங் கடலைக் கண்ணீரால் கடப்பவர்கள்

எங்களுடைய கூலிமையிலும் குருதியிலும்
பெருங் கோபுரங்களையும் பணில மாடங்களையும்
எழுப்பினார்கள்
அவை எந்தச் சுழல் காற்றுக்கும் ஆடாது என்கிறார்கள்

எல்லாஅறிவிப்புக்களிலும் தமிழ் இருக்கிறதோ
இல்லையோ

    இங்கே குப்பை போடு
    இங்கே மூத்திரம் பெய்யாதே
    இங்கே துப்பாதே

என்பவற்றை மட்டும் தமிழில் எழுதினால் போதும்
என்பது துரை சொன்னது

கறுப்பும் மண்ணிறமும் எமக்கு என்கிறார்கள்.

சிங்கமும் ஊரும் பெயர்ச் சொற்கள்
அவை சீன மொழிக்கல்ல. ஆங்கிலத்துக்கும் அல்ல.

யாருக்கும் இல்லாத சிங்கம் அது என்கிறார்
கவிஞர் தம்பு.
அவர் நல்ல ஹொக்கியன் தமிழர் அல்லவா?

ராஜரத்தினமும் ஜெயரத்தினமும் எழுப்பிய
எதிர்க்குரல்களிலும்
எங்கள் எல்லோருடைய காரமற்ற எதிர்ப்புக் குரல்களிலும்
எஞ்சியது
தொட்டுக்கொள்ள ஒரு துண்டு ஊறுகாய்
என்கிறான் கவிஞன்

இவை சரிதானா என மேதகு லீகுவான் யூவை
கேட்டேன்
அவர்
சாவின் விளிம்பில் மெய்சோர இருந்த
தன் மனைவிக்குக் கவிதைகளை வாசித்துக்கொண்டிருந்த
நேரம் அது
என் கேள்விகள் இடைப்பிறவரல்தான்

கவிதை என்பது உல்லாசம்
இப்போதைக்கு நாம் தாங்க முடியாத சுமை அது
என்றவர் அவர்.
அது முன்னொரு காலம்.
ஹோ – சி – மின் மாமா பாடியதைப்போல
இரும்பையும் உருக்கையும் கொண்டாடிய காலம்

மனைவியின் சாப்படுக்கையில்
அவர் வாசித்தவை எத்தகைய கவிதைகள்
எனத் தெரியாது.

ஷேக்ஸ்பியரின் சொனற் ஆக இருக்கலாம்
கிரேக்கத் துன்பியல் மாகாவியங்களின்
சில அத்தியாயங்களாக இருக்கலாம்.
மயில்கள் பற்றியதாக இருக்கலாம்
வாத்துகள் பற்றியதாக இருக்கலாம்

நிச்சயமாகச் சிங்கப்பூர் ஆற்றில் அலையும்
செயற்கை வாத்துகளைப் பற்றியதாக
அவை இரா.

அடுத்தமுறை சிங்கப்பூர் ஆற்றில் மஞ்சள் நிறத்தில்
ஆயிரமாயிரம் செயற்கை வாத்துக்களைக்
கொண்டாட்ட நாளில் மிதக்கவிடும்போது
கறுப்பிலும் மண்ணிறத்திலும் கொஞ்ச வாத்துகளைச்
சேர்த்துவிடலாமே என விண்ணப்பம் செய்கிறேன்.

8. சேரா இடம்

பேரமைதியையும் பரிவையும்
உன் கவிதை பாடத் தயங்கியபோது
பெரும் கண்ணீர்த் துளியாக
என் நெஞ்சு
உன்னிடம் வந்தது

புலமையும் கவிதையும் வேட்கையும்
சேருமிடம்:
    காதலின் பெரு வெடிப்பு
    நிறங்கள் உறங்கும் குகை
    உதிரும் இலைமிசை ஏகாத
    கலவியின் தத்தளிப்பு.

O

9. ஆண்டவள்

"என் முலைகளைவிட
உன் பின் அகம் சிறிது
கைவிரல்களுக்குள் அடங்காத கொழுப்பு நான்

முட்டுவேன் கொல்
முயங்குவேன் கொல்
தாக்குவேன் கொல்
தளர்ந்தாலும்
ஊட்டுவேன் கொல்"

எனப் பாடுகிறாள்.

முதுவேனிலும் உதிரும் வேப்பிலைகளின் சலசலப்பும்
சோளகம் வீசி எறிந்த புழுதியும்
வாசித்து முடியாத நாவல்களும் எனக்
காலம் நகர்கிறது.

10. சந்திரிகையின் பாடல்

சந்திரிகா யாழ்ப்பாணத்தைத் தகர்த்தபோது
புன்முறுவலுடன்
காற்றிலொரு முத்தத்தை
அவளுக்கு அனுப்பியவர்கள் மூவர்.

இயேசு கிறிஸ்துவைத் தமிழர்கள் முற்றாக நம்பாமையால்
இந்த அவலம் நேர்ந்தது என எப்போதும்
முணுமுணுப்பவர் ஒருவர்.
அவர் நுண்கணித வல்லுநர்.
எனினும் சாவான பாவம் நோகாமல் யாரையாவது
தாக்குமா
எனத் தெரியாத மெய்யியல் குழப்பத்தில்
மாண்பிழந்தாலும் மார்பு இழக்காதவர்.
கிழவர் எனினும் குழந்தை.

மற்றவர் மார்க்சியப் பேரொளி.
தாடிவிருப்பு. எனினும் மயிர் நீக்கி வாழ்வார்.
உயிர் காப்பார். உலகறிவார்.

மூன்றாமவருக்கு முட மனது.
மூட இருள்.
சொல்லொடு எப்போதும்
நஞ்சு தெளிக்கும் நா.
இலங்கைப் படையாளின் புட்டத்தைப் பார்த்தே
பரவசத்தில் முயங்கும் உளம்.

இவர்களோடு

என் வீட்டின் உடைந்த திண்ணையின்
மண் எடுத்து
காற்றில் அலறி

செங்கால் நாரையின் கழுத்தில் தொங்கி
நானும் புலம்பெயர்ந்த இடம்: கனடா

என்னுடன் வந்த ஒரு பிடி மண்
பனிக்காற்றில் கரைகிறது

அதனைத் தொடந்து வந்த
கொன்றைப் பூவும் நாயன இசையும்
தமிழர்களுக்கு விளங்கவில்லை

அவர்களுக்கு
    வேரும் இல்லை
    விழுதும் இல்லை
    கற்பனைகள் இல்லை
    கனவுகள் இல்லை
    கால்களும் இல்லை

அவர்களுக்குச் சிறகைத் தருவதற்காக
இரண்டு கவிதைகள் எழுதினேன்

    காற்றில் மிதக்கிறது ஒன்று
    கடலில் அலைகிறது மற்றது.

11. தங்களுக்குரியதும் ரகசியமானதும்

இயற்கைக்கு வெளியே துணை சேர்ந்தோம்

    உடலின் வண்ணங்களும் வளைவுகளும்
    எவருமறியாப் பாதசரங்களும்
    முலை வகிட்டுள் ஒளிந்திருக்கும் பதக்கமும்
    அதிலிருந்து பிறந்த
    காமத்தின் ஈரக்கனவுகளும்
    மென் துகில் மூடிய கறுப்பின் நெளி கூந்தல்
    சொல்லிய சேதியும்
    சொல்லாத சேதியும்
    விம்மிப் புடைத்த கழுத்தும்
    சொல்வனம் அளந்த பிடரியும்
    சமையலறையின் மாய்மாலத்தில்
    இறுகித் தடித்துப் பெருத்த விரல்களும்
    இருந்தும் அணியாத அணிகலன்களும்
    எதிர்பார்த்திராத கண்ணீரும்
    பிரியாவிடையின் கசப்போடும்
    புரியா மொழியின் சஞ்சலங்களோடும்

என்னிடம் வந்துசேர்கின்றன.

    போ எனச் சொல்ல முடியாது
    வா என அணைக்க முடியாது

உடலும் தெரியாமல் உயிரும் நெருங்காமல்
ஒரு உலகம்

    போய் வா அன்பே.

இந்தத் தெருவில் எப்போதும்

12. இந்தத் தெருவில் எப்போதும் – 1

இந்தத் தெருவில் எப்போதும்
நேரே நடந்து சென்றால்
உறையும் பாலங்கள்
தீ வண்டி விரைய என இருக்கும் வழிகளில்
பனி

இரு கூறாகப் பிரியும் பெருந்தெரு

வலப்புறம்
பணத்தின் செழிப்பும் பகட்டும்
இரவும் பகலும் மினுங்கும்
நடைவழி

இடப்புறம்
நாங்கள் கூலிகள் வாழ் நிலம்
பலருக்கும் தெரியாத பாதை
அதில் விரைந்தால் புரட்சி வெடிக்கலாம்
எனினும்
இப்போ அணைந்த கனவு.
எரியும் நெஞ்சம்

13. இந்தத் தெருவில் எப்போதும் – 2

ஒரு காய்ந்த பலா இலை வீழ்கிறது
அது இரவில் பறக்காது
ஆளரவம் அற்ற நண்பகலில்
படையினரின் கவச வாகனம் மட்டும்
அதன்மேல் விரைகிறது
வெயில் அதனைத் தெருவில்
உயிர்ச் சுவடாக மாற்றுகிறது.

இந்தத் தெருவில் எப்போதும் ஒருவனை
எப்போதாவது ஒருத்தியை
இழுத்து வந்து சுடுவார்கள்.

குருதி வீணாகாது.
முதலில் துரிதமாகவும் பின்னர் ஆறுதலாகவும்
நெல் வயலுக்குள் இறங்கும்

கொல்லப்படமுன்
அவனின் அவளின் கண்களைப்
பார்த்த சாட்சியங்கள் ஏராளம்.

மிகுந்த களைப்புடன்
இந்தத் தெருவில் எப்போதும்
ஒரு கொலையாளி சரிந்து விழுகிறான்
அவன் கைவிரல்களில்
எரிபற்றக் காத்திருக்கும் சிகரெட்டுக்கு
அன்பிலாது என்பிலாது
கொள்ளி தருபவன்தான்
எப்போதும் நமது தேசிய கீதம்.

14. இந்தத் தெருவில் எப்போதும் – 3

இந்தத் தெருவில் எப்போதும்
நீங்கள்
உடலோடு உடலைக் கொள்ளலாம்
துய்ப்பு அதில் ஒரு கூறு
ஈரம் வெறும் காயம்

இந்தத் தெருவில் எப்போதும்
நாம்
உடலும் உயிரும் என உருகலாம்
பிரிபடா வடிவ முழுமைபோல
நாய்கள்போல
சிட்டுக்குருவிகள்போல
நிறமற்ற வண்ணத்துப்பூச்சிகள்போல
பாம்புகள் போல

நாம் கூடலாம்
இலையுதிர்கால முடிவில்
எஞ்சியிருந்த இலைகள் மட்டுமே சாட்சி
வீழும் இலைக்கு ஞானம்
துளிர்க்கும் இலைக்கு மோனம்

காஞ்சி

சேரன்

இந்தத் தெருவில் எப்போதும்
நாங்கள் காதலற்றுப் புணரலாம்
உறைபனி மேல் சிந்திய சுக்கிலத்துக்கு
எத்தகைய வெப்பம் எஞ்சியிருக்கும்
எனத் தெரியாது

இந்தத் தெருவில் எப்போதும்
அழகிய வண்ணத் தாள்களில் எழுதிய
நிறைவற்ற கவிதைகளை எறிகிறேன்

தெருவில் யாருடைய காலடிகள்
அவற்றின் மீது?

15. இந்தத் தெருவில் எப்போதும் – 4

இந்தத் தெருவில் எப்போதும் காத்திருக்கிறது
செப்பனிடப்படாத ஒரு குழி

கார்காலத்தில் மழை நீர்
கூதிரில் உதிரும் இலைகள்
பின்பனியில் உறையும் காற்று
அந்தக் குழியை நிரப்பும்

அதனருகே
வெள்ளைப் பொலிஸ்காரன்
சுட்டான்.
இருவரை.
பலமுறை.

இரண்டுமுறை அந்தக் குழி
குருதியால் நிரம்பிற்று.

இருவரும் என் மகனைப் போலவே இருந்தனர்
உயரம். அழகு. கறுப்பு. துணிவு. கனிவு.

16. இந்தத் தெருவில் எப்போதும் – 5

இந்தத் தெருவில் ஒருபோதும்
இத்தகைய வெறுமையைக் கண்டதில்லை
காதலின் வறுமை
வெயிலை மீறிக் கொளுத்துகிறது

நம் உடல்களை மூன்றாம் யாமமும் உருக்கியது,
காலைச் சுக்கிலத்தின் வீச்சில் கூரையும்
அதன் மேல் படர்ந்த மல்லிகையும் நடுங்கிற்று என்பது
மாய நெடுங்கனவு

உலர்பனியும் உதிர்ந்த இலைகளும்
நாளும் பொழுதுமற்று
எங்கள் வெற்று ஆவியின் கிண்ணங்களை நிரப்புகின்றன

நேசமற்றிருக்கும் நெஞ்சு
ஈரமற்றிருக்கும் அல்குல்

காதலில் பொய்மை ஆண்மைக்கு மட்டுமல்ல
பெண்மைக்கும் என்ற களிப்போடு
இந்தத் தெருவில்
என்னை விட்டுவிட்டு அலைகிறாள்
அவளோடு கூட வர மறுக்கிறது ஒரு கவிதை
அதன் முதல் வரி:
இந்தத் தெருவில் எப்போதும்.

படையாள் பாடல்

17. படையாள் பாடல் – 1

வீழும் மலர்களின் இதழ்கள் எல்லாம் நிலத்துக்கு.
ஒன்று மட்டும் தனித்துப் பறக்கிறது.
அதுதான்
சாவின் மணத்தைக் காவிச் செல்லும்
காற்றின் குரலோசை.

18. படையாள் பாடல் – 2

எப்போதும் என்னைத் தொடர்ந்து வருகிறது
மாதவிடாய்க் காலத்திலும்
நாங்கள் வன்புணர்ந்த பெண்களின் குருதித் துளி
சிந்திய கண்ணீரின் வெப்பக் காற்று
அவற்றில் எரியுண்ட
நம் விந்தும் பேரண்டமும்.

19. படையாள் பாடல் – 3

சிறைப்பட்ட கொரியாச் சிறுபெண்.
அவள் கூந்தலை நிலத்தில் மலர்த்துகிறேன்.
அவல நிலம். அவள் மார்பில் வடியும் குருதி
எனக்காக அலை வீசும்
சிற்றாறு.

வன்கலவியின் குரூர இன்பத்தில்
நான் ஆடும் ஊஞ்சல்.

என் ஒவ்வொரு துளி விந்தும்
ஆயிரம் கோடி செர்ரி மலர்களை
உலகத்துக்கு வழங்கிய
நல்லூழ் என என் கல்லறையில் எழுதுங்கள்.

20. படையாள் பாடல் – 4

இன்னிசையாள்.

அவள் வீணையின் ஒலியினைத் துய்த்தவர்களை
இப்போதுதான் ஒருவர் ஒருவராகக் கொன்றேன்.
துயர் பெருகி வடியும் கண்ணீர்
துப்பாக்கிகளாக மாறும். எனவே ஒருவரையும் விடாதே
என்பது பணிப்புரை.

இன்று
பாதி உயிருடன் சதுப்பு நிலத்தில்
வீழ்ந்து கிடக்கிறாள்.

கலை மட்டுமல்ல.
கொலையும் இன்பம் தருகிறது எனும் பேருணர்வில்
அவள் ஆடைகளைக் களைந்து
எங்கள் பாடலைப் பாடுகிறேன்:
நமோ நமோ மாதா.

O

21. படையாள் பாடல் – 5

திரும்பிப் பார்க்க முடியவில்லை.
மற்றவர்களது உயிரை அழிக்க ஒரு சிறு பொழுது.
எனக்கோ
தொடர்ந்து ஊறும் கொடுங்கனவில்
இருந்தாலும் அழிகிறேன்.

கடிதங்கள்

22. கடிதங்கள் – 1

இனியவளே,
நீங்கள் அனுப்பிய கடிதம்
அடுத்த நாளே வந்துசேர்ந்தது

வீட்டுப் படலையைத் திறக்க ஒருவருமில்லை
நாய்க்குட்டிக்குக் கடிதம் வந்ததே தெரியாது
அது மிகப் புதுமை

வாசற்படியில் தூங்கினாலும்
அஞ்சல் பணியாளை அது எப்போதும் விரும்பியதில்லை
அவர்கள் மேல்
சொல்லத் தெரியாத கோபம் என் நாய்க்குட்டிக்கு

அன்று
என் கூண்டுக் கிளியும் கூப்பிடவில்லை
அப்போ, நேரடியாக என் தலையணையின் கீழ்
எப்படி வந்துசேர்ந்தது கடிதம்?

அதன் எழுத்துக்கள் மறைந்தாலும்
நீங்கள் அனுப்பிய ஈரமுத்தம் மட்டும்
அறைக்குள் மழையாகப் பொழிகிறது.

23. கடிதங்கள் – 2

மன்னிக்க வேண்டும்

நீங்கள் தோழர் 'மோ'வுக்கு அனுப்பிய கடிதம்
தவறுதலாக எனக்கு வந்துவிட்டது.
அதிலிருந்த மகிழம் பூ வாசனையையும்
முத்தங்களையும் எடுத்துக்கொண்டு
கடிதத்தை மீண்டும் 'மோ'வுக்கு அனுப்பிவிட்டேன்.

24. கடிதங்கள் – 3

நீங்கள்
ஒட்ட மறந்த முத்திரையின் மீதுதான்
நம் மோகம் உயிர்க்கிறது.

எப்போதும் வெயிலில் கிறங்கும்
பிரித்தானியர் காலச் சிவப்புத் தபால் பெட்டியுள்
கடிதம் தூங்கட்டும்

அதை மகாராணியோ அவளது
திருட்டுக் காதலில் உச்சம் எழ மறந்த கோமானோ
வாசிக்கும் சாத்தியம் இல்லை
என்பதே எனக்கு மகிழ்வு தருவது.

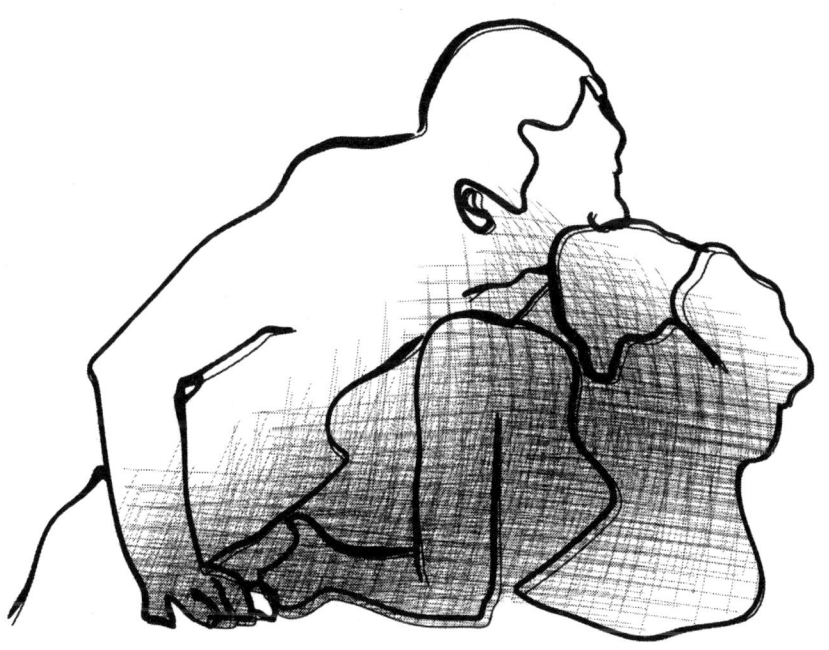

25. இடையறா மழை

ஏன் என்னுடைய காயங்களிலிருந்து
குருதி பெருக்கெடுப்பதில்லை?
அவைக்கு நூற்றாண்டுகள் துயரின் கனவா?
அல்லது என் கவிதையின் சொற்கள் எல்லாம்
இடையறாத மழையா?
குருவிகள் கோதி வீசி எறியும் தூவி இறகா?
நீலத்தில் மழை பொழிந்த
ஒரு பெருங்கடலின் கரையா?
இவை கேள்விகள்.

மறுமொழி தரும்போது
மானுடம்
வேறு வழிகளில் செல்வதைத் தவிர
வழி இல்லை.

26. யா அல்லா!

நிலம் கொந்தளித்துப் பிளந்து சிதறிய
மூன்று மணித்துளிகளில்
இரண்டு நகரங்கள்
இடிபாடுகளாக மாறுகின்றன
ஒரு சிறுமி
குர்டிஷ் மொழியில் அலறுகிறாள்
அவள்மேல் பெரும் இடிபாடு
புன்னகையுடன்
அந்தச் சிறுமியைக் கடந்துசெல்லும்
துருக்கிப் படையாளுக்கு
ஐ.நா. விருது தருகிறது
அல்லா தலை குனிகிறார்.

O

27. சிறகு

பேரருவி உறைந்துபோகிற காலத்தில்
எல்லோரும் அதனைப் படம் பிடித்துப் பகிர்வதற்காக
வருகிறார்கள்.
அவர்களுடைய பெருமிதத்தினதும்
பகட்டினதும் போலி ஒளிக் கதிர்கள்
இரவை மேலும் இரவுள் ஆழ்த்துகின்றன

இந்த அருவியின் அணைப்பில் உயிர்த்த
பறவைகளை அவர்கள் தேடுவதில்லை

பெருங்குளிரில் அவை எங்கே போய்விட்டன எனவும்
அவர்கள் கேட்பதில்லை
எல்லாமே முற்றாக உறைந்த பிற்பாடு
தாங்கொணாப் பசியில்
பறவைகளுக்கு என்ன நடக்கும்?

என் வீட்டுப் பின்வளவில்
ஒரு தானியக் கூடையை வைக்கிறேன்
அது காற்றிலும் ஆடும்; பனியிலும் உயிர்க்கும்.

ஆயிரம் பறவைகள் வருகின்றன

அவற்றின் ஒற்றைச் சிறகடிப்பில்
வெப்பம் பல பாகைகள் உயர்கிறது

அதுதான் நம் உலகு
சிறகின் பெயர்: காற்று, ஒளி. தீ. இன்னும் அழியாமல்
எங்கோ சிலரிடம் மறையாதிருக்கும்
இயற்கையின் மீதான காதல்.

28. மற்றும்

நுண்ணுணர்வற்று
தமிழை ஆங்கிலத்தில் எழுதும் கவிஞர்கள்
பெருகிவிட்டார்கள்

பொருள் இல்லாதவர்களுக்கு இவ்வுலகு இல்லை
அருள் இல்லாதவர்களுக்கு அவ்வுலகு இல்லை
இம்மையும் மறுமையும் இவர்களுக்கு இல்லை

"உம்"மை தெரியாததால் வரும் வினை
பெரிது. கொடிது.
மொழியின் மீதான வன்முறையை
நிறுத்தச் சொல்லிச் சொல்லிச் சொல்லிச் சோர்ந்தேன்
"சொலல் வல்லோன் சோர்விலான்"
எனினும்

நம் கால மொழியை அஞ்சுகிற கவியானேன்.

29. சாம்பலும் புன்னகையும்

இருள் கவியும்போது
உள்ளே நுழையும் வாயில் தெரியவில்லை
அப்போதுதான் என்னைச் சேர்கிறது
நீங்கள் அனுப்பிய புன்னகை

அவலத்தை எழுதித் தோற்றுவிட்ட மொழியில்
இன்று ஒளியில்லை

எல்லா ஓவியங்களிலும் சாம்பல்
எனக் கூவ விழைகிறேன்
குரல் எழவில்லை.

30. பறவை

இந்த இரவு
ஆற்றில் மிதந்து செல்லும்
வெட்டுண்ட மரங்கள்மீது நகர்கிறது.

அந்த மரங்களின் பாடல்கள்
எங்கே போய்விட்டன என
ஒருவரும் தேடப் போவதில்லை

நிறங்கள் மயங்கித் துலங்கும் வண்ணங்களில்
இறகுகள் ஒளிரும் பறவைகள்
ஓராயிரம்.

அவற்றுக்குத் தூங்குமிடம் இல்லை

அவை எழுப்பும் சாக்குரலில்
கவிதை அழிகிறது

காட்டை உருவாக்குவதை விட
கவிதைக்கு வேறென்ன வேலை இன்று?

O

31. ஆயிரம் பெண்களைக் கூடியவனின் பாடல்

சொற்களுக்கு இடையில் இடைவெளி
சொல். சொல் தொடராகத் தொடர்கிறபோது
இடையில் வெளி
டிற்ரோயிற் நகரின் பாழடைந்த கட்டிடங்களின்
நடுவில்
கோடைகாலத்துக் களிக்கூத்தின் பெரும்
மேடையொன்றில்
அந்த மாபெரும் இசைக்கலைஞனைக்
கண்டேன்
கேட்டேன்

முதுமையின் செழிப்பில் எழுகிற
முழு நிலவு அவன்

ஒவ்வொரு பாடலுக்கும்
மாறி மாறி வேறு தொப்பிகளை அணிகிறான்
பாடல் மாறுகிறது.
குரல் மீறுகிறது.

மின்னலும் இடியும் தென்றலும் அழுகையும்
நிறைவான குரல்:
"ஆயிரம் பெண்களைக் கூடினேன்.
எனினும்
ஆத்துமம் செழித்த காமம் எதுவெனத் தெரியாது"
என இரக்கமும் துயரும் மேலெழ
அவன் பாடும்போதும்
கண்ணி தப்பாமல்
அவன் யாழின் நரம்புகள்
முடிவற்ற கேள்விகளை எழுப்புகின்றன.

கிளிப்பாட்டு

32. கண்ணாவின் கிளி

கண்ணா வளர்த்த பச்சைக் கிளியின் உலகம்
கண்ணாதான்.

அவன் கைவிரல்கள்
அவன் தரும் பழங்கள்.
தன் கூட்டை நுட்பமாகத் திறந்து மூடும்
அவன் கிளியின் விரல் நுனிகளில்
நளினமும் அழகும்
எவர்க்கும் கிட்டாத செருக்கும்.

ஒருநாள் கிளி பறந்து போயிற்று
அதற்கு நெடுந்தொலைவு பறக்கத் தெரியாது.
கோடை காலம்.
வெயிலும் மரங்களும் கூடும் காலம்
கிளியைத் தேடி ஓடினோம்
தெரு மூலையில் ஒரு பெரு மரத்தில்
தஞ்சம் புகுந்தது.

எங்கள் ஊரின்
சிட்டுக்குருவிகளும் மாடப்புறாக்களும்
வெஞ்சினம் மீறித் தெறிக்க
எங்கள் கிளியைக் கொத்திக் கொன்றமைக்கு
நாங்களே சாட்சி.

கண்ணாவின் கண்ணீரில்
காடு நிறைந்தது.
என் கண்ணீரில் காலம் மறைந்தது.

33. அண்ணாவின் கிளி

தன் கூட்டுக்குள் தாவி ஏறிச் சென்ற பின்
கேஷா போடுகிற இரட்டைத் தாழை
என் கவிதையும் திறக்க முடியாது

கேஷா அண்ணாவின் ரஷ்யப் பைங்கிளி

எப்போ பறப்பது
எப்போ கூடு திரும்புவது
எப்போது அண்ணாவுக்கு முத்தம் கொடுப்பது என
எல்லாவற்றிலும் கேஷாவுக்கு ஒரு நளினம்.
நடை. வியத்தகு மெல்லியல்பு.
அதன் கிளியியலில் வேறு உலகங்கள்
விரிந்தன.
அவ்வப்போது அது பேசிய கெட்ட வார்த்தைகளில்
உறைபனி எரிந்தது.

ஒரு நாள் அதிகாலை
கேஷா திடீரெனச் செத்து வீழ்ந்தது

கேஷா சொல்லாத சொற்களின் எதிரொலியா
அல்லது அது சொல்லிய சொற்களின் வெப்பமா
அல்லது அண்ணாவின் கண்ணீர்த் துளிகளா
எது கேஷாவின் இறப்பின் காரணம்
என எங்களுக்குத் தெரியாது

அதன் கல்லறை வாசகம் இது:
ஒரு கிளி இருந்தது;
நூறு காடுகளில் பறந்தது;
இன்றும்
அண்ணாவின் நெஞ்சத்து அலைகள்மீது பறக்கிறது.

34. கிளி

பறப்பவை
இறகுகள், சிறகுகள் என
நீ சொன்னால் அது பொய்
காமப் பொலிவுடன்
என்மீது படரும் கிளியே
மெய்.

o

35. கிளிமொழி

1.

கிளிக்கு ஓராயிரம் மொழிகள் தெரியும்
என்னுடைய கிளிக்கு
மேலதிகமாக இன்னொன்றும் தெரியும்

அது பொது மொழி. பாவலர் அஞ்சும் மொழி.
கெட்ட வார்த்தைகளின் சுவன மொழி.
எந்த அகரமுதலிக்குள்ளும் அடங்காமல்
மகிழ்விலும் குதூகலத்திலும் துலங்கும் மொழி.
காதலைக் கடியும் மொழி
ஆலோலம் பாடும் மொழி
எனினும்
ஆயிரம் கிளிகள் கூட்டமாகத் திரும்பிவந்து
தென்னங் கீற்றில் அமரும்போது
இன்னொரு மொழி பிறக்கிறது.

அப்போது
மானுடம் காணாத புதிய ஆடல்களை
தென்னங் கீற்றுத் தருகிறது
அதுதான் ஆடும் சிவனைத் தற்கொலைக்கு அனுப்புகிறது.

2.

வானம் முடியும்வரை தொடர்ந்து சென்றது
அதன் பறப்பில் வானவில்லைக் கொன்றது.
அது பறக்கும் பறவைதானா எனப் பெரும் ஐயம்
எழுந்தது.
வாழ்வுக்கு உயிர் தேவையில்லை எனச் சொல்லியபடி
அந்த கிளி பறந்தது
அதன் இறகுகளில் இருந்து பெயரும் வாசனை
அதன் உயிருக்குத் தீர்ப்பு வழங்கும் என்பது
ஐதீகம்.
சரிதான்.
கிளி பறவை. பேசாப் பொருளைப் பேசும்.
அதுவே உயிரின் மூலம்.
வாழ்வின் பயன்.
சிலவேளைகளில் நமது பாடுகளின் நம்பிக்கைக் குரல்.

o

36. மீன் கிளி

அன்பு நண்பன் கருணாவின் ஓவியத்தில்
கிளி மீனாகவும் மீன் கிளியாகவும்
கூடு விட்டுக் கூடு பாயும்
அழகியல் பரிமாணம்
அதன் வண்ணங்களுக்குக் கணக்கில
சொற்கள் தோற்றுப் போகும்
எல்லாப் பொழுதுகளிலும்
எமக்கொரு மொழி: கிளி.

37. அந்தரக் கிளி

கிளியைக் கொல்லலாம் என்று மதங்கள் சொல்கின்றன
பரந்து விரிந்த ஆழ்கடலின் மேல் கிளி பறக்காது.
பறந்தால் பெரும் பயத்துடன் அது சிரிக்கும்.
அச்சிரிப்பை நாங்கள் கேட்கமாட்டோம்.

கிளி பறக்கும் ஒளிப்படங்களைப் பார்த்திருக்கிறோம்.
கிளிகளை அவ்வப்போது கொன்று தின்னும்
வல்லூறுகளைக் கண்டதுண்டா?

38. ஒரு கிளியைக் கூண்டிலிருந்து விடுவிக்கும் போது

ஒரு கிளியைக் கூண்டிலிருந்து விடுவிக்கும்போதும்
யானைகளின் கால்களைப் பிணைத்த சங்கிலியை
அறுத்து விடும்போதும்
காடுகளை உருவாக்குகிறோம்
நீரில் கலங்கி அழியும் நிழல்கள்
அந்தக் காடுகளில் இல்லை
கடலையும் கரையையும் கடந்து வருகிறது எங்களுக்கான
காடு

மழைக்கும் காடுகளுக்கும் காதலுக்கும்
என
நம் கிளிகள்.

O

பழங்கள்

39. பழங்கள் – 1

உறைபனிக் காலம் முடிய
சாளரத்தைத் திறக்கிறேன்
வெளியே ஆயிரம் மஞ்சள் பூக்கள்

பெயரறியா மரங்களின் மீது
சண்டையிடும் சிட்டுக்குருவிகள்

கொடியில் எஞ்சியிருக்கும்
சிவப்புப் பழங்கள்
அவற்றைச் சுகிக்க வரும்
வசந்த காலத்தின் முதல் பறவைகள்
எல்லாப் பூக்களையும்
கொய்து வீசிவிடும் அணில்கள்
கானகத்திலிருந்து இன்னும் திரும்பி வராத
நிறைவேறாத காதலின் மென்காற்று
எட்டாத பழம்.

40. பழங்கள் – 2

இடிக்கப்பட்ட நினைவிடங்களிலும்
நடுகற்கள் விம்மி அழும் மயானங்களிலும்
ஒரு மாம்பழத்துடனும்
ஒற்றைப் பட்டிப்பூவுடனும் அலைகிறேன்.

41. முலைப்பழம்

ஐ.லீ.மா.வும் நானும்
உணர்வுச் செறிவில் உயிரைத் தவிக்க விடும்
காதலர்கள்
அவள் முழுப்பெயரைச் சொன்னால்
இக்கவிதை புறப்பாடலாகி விடும்
என அஞ்சுகிறேன்

இளநீருக்கும்
பாதியில் முற்றி ஒளிரும் செம்பாட்டான்
மாம்பழத்துக்கும்
இடையில் விளைந்த ஒரு புதிய பழம்
அவள் முலைகள்
உள்ளச் செழிப்பில் அவற்றின் காம்புகள்
அடிக்கடி நிறம் மாறும்
எப்போதும் சுரக்கும் வற்றாத ஊற்று
என் துயரங்களை ஆற்றும் மருந்து

நெடுங்கூந்தலைத் தேடி அலையாத
கனவுகளின் பாரமற்ற
என் காதலின் வண்ணங்கள் ஐ.லீ.மா. தந்தவை

அன்று காலை, பனி ஒடுங்கி
பூவும் புல்லும் புலரிக் குருவியும்
பாடத் துளிர்த்த நாளில்
வலியில் துடித்த அவள் மார்பை
மருத்துவச்சியிடம் கொண்டுசென்றோம்

காஞ்சி

சேரன்

இரண்டே நாளில்
அவளின் இடது முலையை வெட்டி எடுத்தனர்
எஞ்சியவை சில மென்கோடுகள்
நான்
எரிக்கப்பட முடியாத என் அன்பின் வேட்கை

மூன்று ஆண்டுகளின் பின்பும்
முத்தமிடும்போது காம்பில் ஊறும் ஈரம்
அன்பின் விளை நிலம்

பிறகு,
ஐ.லீ.மா. காற்றானாள்.

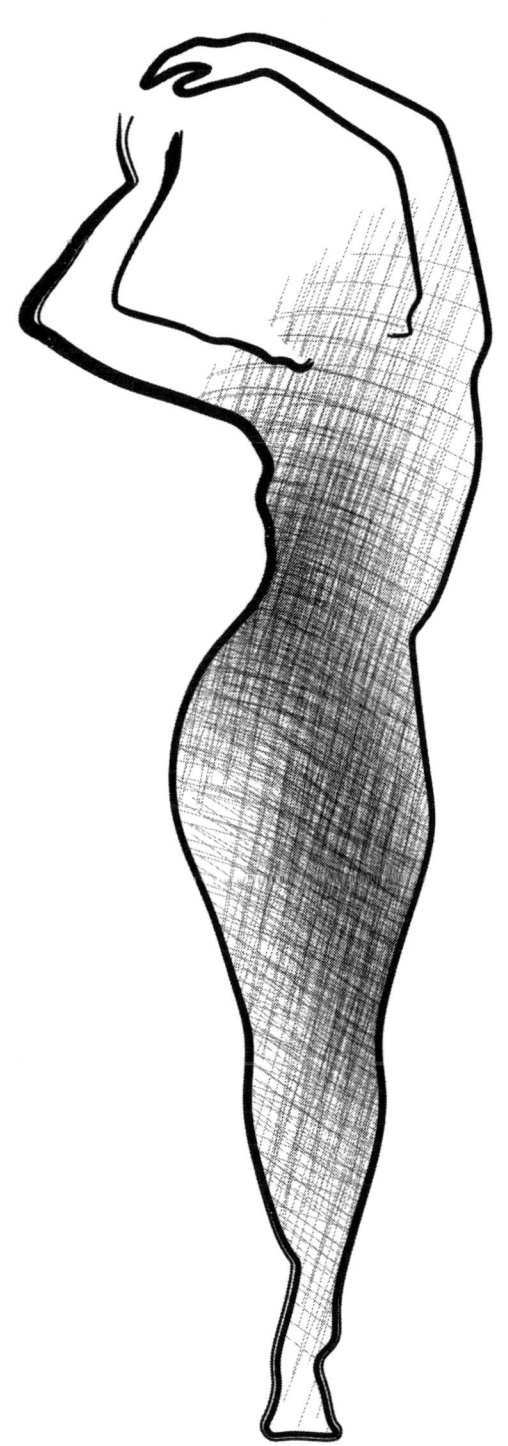

42. மொழி

இதுவரையும் நான் அறியாத சொல்
எனக்குச் சொல்லியது:

படிமத்தால் என்னைக் கொல்லாதே
மொழிக்குத் திரும்பு
மொழி.

o

43. மாம்பழக் குருவி

மாம்பழக் குருவிகள் பாடாது
அவற்றின் குரலில் எப்போதும்
கண்டிப்பின் தொனி

கண்களின் ஒளியில் கறுப்புச் சூரியன்

நில்லாமல் எல்லோர்க்கும் பெய்யும் பனியில்
நான் எழுதும் கவிதைக்கு
கழிவிரக்கம் சூழ்ந்து வர
வெப்பம் தரும் குருவிக்கு
எதை நான் தருவது?

44. முதிர் காதல்

புதியதொரு காட்டுக்கு
முதிர் காதல் என்னை அழைத்து வந்தது

பெயர் தெரியா மரங்கள்
அவையனைத்தும் பெண்பால்
ஆண்மரங்கள் எப்போதும்
களைகளாக மாறிவிடுகின்றன
முறிந்து விழுந்து
ஈரச் செறிவுடன் கரை ஒதுங்குகின்றன
அவற்றின் மேல் பாசி படரும்
நூற்றெட்டுப் பெயர்கள் கொண்ட நண்டுகள்
அவற்றின் கீழ் இரவுக் கொண்டாட்டம் நிகழ்த்துகின்றன

எல்லா மரங்களும் ஒரு கணம்
கடலாக மாறுகின்றன
அது விந்தைப் பேருலகமோ?
உலகின் முடிவோ?

மரமாகவும் நீராகவும் நிலமாகவும்
துயரங்களின் ஆறா வடுக்களை
மாற்றியவர் யார்?

45. இன்னொரு வாழ்வு

ஐந்து குழந்தைகள் பிறக்கலாம்
கண் விழிக்கும் முன்பே
என் முகத்தை வருட
ஐம்பது பிஞ்சு விரல்கள்
என் தாடிக் காட்டினுள் அவை சிக்கினாலும்
குமிண் சிரிப்பின் இன்னொலியில்
மாறாத பால் மணம் கமழும் காலம்

தெரியும்
நான் முடிவெடுக்க முடியாது
அவள்தான்.
தொலைதூரக் கனவுகள் பற்றிய உரையாடல்
சாத்தியமில்லை.
நில அதிர்வில், ஒரு நொடிப் பொழுதில்
தகர்ந்து வீழ்கிறது பட்டினம்.
நகரம். ஊர். ஆளரவமற்ற வெளி.

தப்பிப் பிழைத்த குழந்தைகளை
பெற்றுக்கொள்வோம் என்கிறாள்

கொள்ளலாம். பெறலாம். கொடுக்கலாம்.

O

46. ஒளியில் இருப்பவளுக்கு

உதிர்ந்த மாவிலைகளின் மீது நின்று
பார்க்கிறேன்
உன் வீட்டைச் சூழ இருக்கும்
குன்றுகளின் மேல் காட்டுப் பூக்கள்

அவற்றின் பட்டொளி வேனிலின் கீதம்.
காற்றில் விலகும் உன் ஆடையின் புன்சிரிப்பில்
நான் வரவா எனக் கேட்டேன்

காஸாப் பெருஞ்சிறையின் நடுவில்
எப்போதும் பாடும் பலஸ்தீனத்தின் சூரியத் தேன் சிட்டு
வா எனச் சொன்னது.

உன் ஆயிரம் முத்தங்கள்
உனதும் எனதும் நிலத்துக்கு
விடுதலையைத் தருமா தெரியாது

ரமல்லாவில் மூவந்திப் பொழுதில்
ஒலிவ மரங்களின் பின்
யாருமறியாது உன் மென் முலைகளைச் சுவைக்கிறேன்.

அப்போது நாணத்துடன் நிலவு எழுகிறது.

47. நீர்விளக்கு

ஒன்பது நிமிடங்கள்
ஆயிரம் ஆயிரம் அகல் விளக்குகள் ஏற்றுகிறோம்.
அலை எழுப்ப மறுத்தன.

மண்ணிலிருந்தும் மாடங்களிலிருந்தும்
அவை மேலெழுகின்றன.

ஒளியைவிட மேலோங்கும் நீலப் புகை
மந்திர வனப்பும் கடவுளர் விருப்பும் கூடவர
அவை
சென்ற இடமும் ஒளிர்ந்த இடங்களும் இறங்கிய நிலமும்
தொழுநோய் வராத
புண்ணிய பூமி என்பது ஐதீகம்

அதை நம்பியவர்களின்
வீட்டிலும் நாட்டிலும் மாளிகைகளிலும்
அவை இறங்கவில்லை

துயரம் தெருக்களாய் விரிந்த
பாலை வனங்களிலும்
எல்லோருடைய வியர்வையும் எல்லோருக்கும் மணக்கும்
அகதி முகாம்களிலும்
கூலிகளின் கொட்டகைகளிலும்
பள்ளிவாசல்களின் மேலும்
கையறு நிலையில் மருத்துவமனையில் இருந்து
வீசப்பட்ட கறுப்பு மக்களின் இறுதி விருப்பின்மீதும்
மீன்களற்ற கடலின்மீதும்
அவை இறங்கின.

நீரில் எரியும் விளக்கு

○

48. அப்படி ஒரு கனவு இல்லை என்றார்கள்

அப்படி ஒரு கனவு இல்லை என்றார்கள்

மலைகளுக்கு மேல் கழுகுகள் பறக்காது;
பறந்தாலும் அவற்றின் சிறகுகளுக்குப் பனியின் பாரத்தைத்
தாங்க முடியாது என்றார்கள்.
கனவுகளின் பாரம்
காதலரும் தாங்க முடியாத
ஒற்றைத் தனிப் பாறை என்றார்கள்.

கனவற்றவர்கள் போய் இறக்குமிடம்
அந்தீசு மலையின் தெற்குப் புறம் என்றார்கள்.

காற்று
தண்ணீராய் மாறும் மலை அது என்றார்கள்
ஒவ்வொரு மலைக்கும் ஒரு கதை
ஒவ்வொரு ஆற்றுக்கும் ஒரு கதை
ஒவ்வொரு கனவுக்கும் ஒரு கதை
கவிஞனுக்கு மட்டும் கவிதை

காஞ்சி

சேரன்

49. பூவும் பறவையும்

கடல் நீர் ஏரியில் எழும் அலைகள்
இன்று பூக்களின் உலர்ந்த உதடுகள்
அவற்றின் மருங்கில்
பறக்கும் எண்ணற்ற வண்ணத்துப்பூச்சிகள்.

அவையும் பறவைகள்.
எனினும்
நனைந்தால் இறக்கும்
இறந்தால் பெருகட்டும்.

50. நீலாவணை

கரையில்
காய்ந்த மணற்பரப்பை மீன்கள் விரும்பா.

நீள நடந்தால்
பெரிய நீலாவணை.
இன்னும் முடியாத காதல்.

கண்ணா மரக்காடு
கால் விட்டுச் சேறாடும்
நெட்டைக் குருவி
நெருங்காத காதலுளம்
வெட்டிப்பேச்சால் இந்த
வெயிலைப் பழிக்கின்ற
பல்லாயிரம் குருவிக் கூட்டம்
மின் கயிற்றில் கொண்டாட்டம்
வேறென்ன வேண்டும் இந்த நாளுக்கு?

51. மைக்கேல்

சிறு காற்றில் அலை எழாது
கடல் செத்துப் போகும் ஆனி மாதம்.
ஈரத்தில் பாறைகளின் சல்லாபம்
திசை அறியாக் காற்று

இப்போதுதான் இரணை தீவில் கரை ஏறினோம்.
பாதி வழி.

"கடற்படை வருகிறான். காட்டுக்குள் ஓடுங்கோ"
எனக் கத்தினான் மைக்கேல்.

திரும்பி வந்தபோது
காற்று இருந்தது
கடல் வழிவிட்டது
மைக்கேல் எங்களுக்கு ஒரு
துயரச் சிலுவை.

52. வெள்ளிக் காலடி

பிறக்காமல் இறந்துபோன
குழந்தைகளை நினைவுகொள்ள
என்னவழி எனச் சித்தம் கலங்கினேன்
நான்கு ஆண்டுகள்.

அவர்களுடைய உள்ளங்கால்களை
துல்லியமாக அளவிட்டு
வெள்ளியில் வார்த்துத் தருகிறார்கள்.

நினைவிழப்பின் சின்னம்.
காலோடு மரித்த காலங்கள்.

53. நினைக்க மறுப்பவை

நைல் நதி ஊற்றெடுக்கும் இடத்துக்குச் சென்றோம்

போகும் வழியில்
இருநூறாயிரம் அகதிகள்.

பார்த்தோம்:
உருவமற்றிருந்த தெருவோரம்
குருதி கறுத்து எஞ்சியிருந்த பாதி உடல்.
அதிர்ச்சியில் நெஞ்சு பிளந்து
மரித்த ஒரு பெரும் பறவை.
பெரிய கொம்புகளோடு
தலை துண்டிக்கப்பட்டு விற்பனைக்குக் கிடந்த
ஆநிரை.

ஊற்றின் மெல்லொலி எழுப்பிய வியப்புடன்
திரும்பி வருகிறோம்.

அப்போது
ஈழத்தில்
புன்முறுவலுடன் அகங்காரப் படையணியின்
முன்முகப்பைச் சிதைத்தவளின் செய்தியொன்று
ஒரு வரியில் மின்னிதழில் வருகிறது:

"இதோ, உனக்கான கவிதை. முற்றுந்தரிப்பு"

முற்றுகைக்குள் படிமம் சிறைப்படாது
மேலைக்காற்றில் மிதக்காது.

காலடியற்றவர்களுக்குப் போதும்
கடலும் கவிதையும்.

54. கதை இதுதான்

எங்கிருந்து வரலாற்றை எழுதுவது?

மலைகளின் வனப்பையும் கனத்தையும்
தொலைவில் இருந்துதான் அளவிட முடிகிறது.

குதிரை மீதமர்ந்து
மலர்களைப் பார்க்க முடியாது.

உங்கள் மனைவியின் தலையை
வெட்டும் போது தப்பி ஓடி
மூங்கிற் புதர்களுக்குள் ஒளித்திருந்துதான்
பார்க்க முடிகிறது.

புரட்சிக்காகவும் விடுதலைக்காகவும்
கண்ணீர் சிந்தியவர்கள் மிகப்பலர்.

எப்படி வரலாற்றை எழுதுவது?

தொலைதூரம் போய்விட்ட பிற்பாடு
பிடரியில் இரண்டு கண்கள் முளைக்கின்றன
அவற்றால் வரலாற்றைப் பார்க்கிறோம்
தயங்காமல் எழுதுகிறோம்
புனைவும் வாழ்வும் கதையும் பச்சாதாபமும்
குறுக்குச் சால்களாக ஓடுகின்றன.

சவப்பெட்டிகளிலும்
அதற்குள் அடங்காத உடல்களாலும்
எழுதலாம்.

வேறு வழி இல்லை

காஞ்சி

சேரன்

சாம்பலில் இருந்து ஏற்கெனவே எழுதப்பட்டுவிட்டது
அது மறக்கப்பட்டுவிட்டது

தெரிவில் சஞ்சலம்.
என்ன கதை எங்களுக்கு?

55. பலி

பின்மாலை. பாலைவெளி. அழகு.
அழைத்துச் சென்றார்கள்.

மணலும் கானல்நீரும்.
இளம் பச்சை நிறத்தில் இடையிடை படர்கொடிகள்.
எப்படி முளைத்தன எனத் தெரியாது.

தாகத்துக்கு மற்றவர்களைக் கொன்று
குருதி குடிப்பதே ஒரே வழி.

எல்லோருக்கும் ஒரே இறைவன்.
எல்லா இறைவருக்கும்
ஒரே களப்பலி.

56. பொய்

குழந்தைகள், காதலர், வறுமைப்பட்டோர், சிறுவர்கள்
சொல்லும் பொய்களே
உலகின் அழகிய பூக்கள்

அவை தரும் வாய்மை
மரங்களின் ஆழ ஓடும் வேர்களுக்கிடையே
பின்னிக் கிடக்கிறது

அவை தரும் சுதந்திரம்
எங்கள் மூச்சும் காற்றும்

கடவுளரின் போலிப் புன்னகைக்கு
எங்கள் மறுமொழி
அதுதான்.

57. இன்னொரு விரல்

முப்பது ஆண்டுகள் முன்பு
நீங்கள் நீட்டிய விரல்களை
இன்றுதான் பற்றுகிறேன்.

பாங்கொலி காற்றில் மிதந்து
வளாகத்துள் வரும்போது
சேலைத் தலைப்பால்
கூந்தலை மூடிய விரல்கள் அவை

விரல்கள் இணைகின்றன. பிரிகின்றன.
யாருமறியா மொழியில் அவை பேசிக்கொள்வதும்
நீண்ட காலத்துக்கு அவற்றின் நறுமணம்
நெஞ்சில் இருப்பதும் தெரியும்.
எழுத முடியாது.

அன்பின் பரிசல்ல விரல் நுனி.
அது நம்பிக்கையின் துளிர் இலை.

58. ஒரு துளி ஒளி

இளவேனில் முற்றாக இன்னும் மலரவில்லை. பறவைகளின்
பாடல்களுக்கு மோகம் கூடவில்லை. எப்போதோ
பொழிந்திருக்க வேண்டிய மழையும் இன்னும் இல்லை.
துளிர்க்காத வேர்ஜினியாப் பைன் மரத்தின்
கீழ் உருக மறுத்து எஞ்சியிருக்கும் ஒரு பிடி உறைபனி.

காலை.
செய்தி வருகிறது.

அவள் இறந்துவிட்டாள்.

புதைப்பதா எரிப்பதா விதைப்பதா
என அவர்கள் மல்லுக்கட்டப் போகிறார்கள்.

பழைய கடிதங்களின் பதுங்கு குழியிலிருந்து
அவளுடையதைத் தேடி எடுக்கிறேன்.

"சேரா, நான் செத்தால் என்னைப் புதைக்கச்
சொல்லுங்கோ.
ஆனால், கூடவே ஒரு துளி ஒளியும் எப்போதும் என்னோடு
இருக்க வேண்டும்."

59. மஹ்மூத் தர்விஷுக்கு

எங்கே வானம் முடிவடைகிறதோ
அதற்கு அப்பால்
ஒரேயொரு ஞாயிறு
ஒரு கோடி அதிகாலைகள்
எல்லாமே வேறு வேறு
ஒரே நிலத்தின்மீது

அது எங்களது அல்ல.

60. கல்லில் எரியும் நெருப்பு

நெருப்பு எப்படி எரியும் என்பதை
ஒருவரும் திட்டமிட முடியாது.
கொடுங்காற்றில் சாம்பல் எங்கெல்லாம் பறக்கும்
என்பதற்கும் வரைபடம் இல்லை.
படையாட்களின் எந்திரங்கள்
நினைவை அழிக்க முனையும்போது
எமது கண்ணீர்
பெரு நாகங்களாக மாறி
அவற்றைச் சுற்றிவளைக்கின்றன
எமது ஓரக்கண்ணின் வெஞ்சினம் ஒன்றே போதும்
இலங்கையை எரிக்க.

○

61. ஆட்சித் தலைவரின் அறை

எஞ்சியிருப்பதில் எமக்கானது
புதைகுழியிலிருந்து மீண்ட
ஒரு மண்டை ஓடுதான்.

அது நேரே
நாடாளுமன்றத்துக்குப் பறந்து செல்கிறது.
பெரும் வரவேற்புடன்
அங்கு அழியாச் சின்னமாக மாறுகிறது அது

வேதமும் மந்திரமும் பிரித்தும்
காற்றில் நுரைக்கின்றன
கடவுளரின் புன்னகையுடன் இணைந்த
காவி அங்கி
அதிபரின் அறையில் குடியேறுகிறது.

62. ஓம். நான் சொல்லுகிறேன்.

இதுதான் நான்
மல்லிகைப் பூவிலும் மென்மையானவன்.
கடவுளரின் கூந்தலுக்கு மறுக்கப்பட்டவன்.

எனது பல்லாயிரம் கோடிக் கனவுகளில்
உருவாகியது இந்த உலகம்.
துயரத்திலும் வாதையிலும் என் பிட்டத்திலிருந்து
வெளியேறிய அவலக் குரல்தான்
"ஓம்".

அது
படையாட்களுக்கு என் ஒப்புதல் வாக்குமூலம்.
அதற்கு மந்திர வலிமை இல்லை.

63. தோல்

நான் பிறக்கிறேன்
தோலைப் பார்க்கிறார்கள்
தோல் மேலானது அல்ல
மேலோட்டமானதும் அல்ல
ஒரே நேரத்தில் அது
ஆழ் கடலடி மண் தரையாகவும்
கலகலப்பும் ஆர்ப்பரிப்பும் மற்ற அலை போலவும்
நெடுந்தூக்கத்தில் இருக்கிறது
மருத்துவப் பள்ளியில்
அறுவைக்குக் கிடைத்த முதல் உடல்
கறுப்போ கறுப்பு
வெள்ளை மாணவர்களும்
என் நிறத்தை ஒத்திராத எல்லா மாணவர்களும்
அச்சத்தில்
வெளியே ஓடுகிறார்கள்
நான் தனியே .
அந்தக் கறுப்பு உடலின் தோலை அகற்றுகிறேன்
மற்றவர்கள்
இன்னொரு உடலின் வெள்ளைத் தோலை
உரிக்கிறார்கள்
பிற்பாடு எல்லா உடல்களையும்
ஒரு பெருந்தட்டில் சுழலவிடுகிறார்
எங்கள் பேராசிரியர்
"இதில் எது கறுப்பு? எது வெள்ளை?"
கேட்கிறார்
சாம்பலுக்கு ஒரு நிறம்
ஒரேயொரு நிறம்

64. முடியா முடிவு

இன்று முழுவதும் அலையலையாக
உங்கள் நினைவுதான்
நேற்றைய பின்னிரவில்
வழமையாக வரும் ஈழக் கனவுகளும்
கொலையுதிர் காலமும் அஞரும் வரவில்லை.

மீண்டும் மீண்டும் ஒரே கனவே வருமென்றால்
அதன் பொருள் என்ன எனக் கேட்டேன்

படுகொலைக்குத் தப்பி
டென்மார்க்கில் தஞ்சம் புகுந்த உளவளத்துறை அறிஞன்
சொன்னான்:

சும்மா இரு. சொல்லற.
நோவும் துயரமும் காயமும் வெறுப்பும்
மேலெழாமல் தடுப்பதற்காகவே
ஒரேயொரு கனவு, பெருங்கனவு
உன்னோடு தொடர்ந்து வரும்

வரட்டும்.
வேட்கையும் அன்பும் விழைவும் இணையும்
புகலிடம் உங்களுக்கு வேண்டாம் எனில்
சொல்லுங்கள்.
போய் ஒழிவோம்.

○

65. காதலர்

திறபட மறுக்கிறது கதவு.
வெளியில் நீர் உறையும்போது கதவு பெறுகிற வலு
உங்களுக்குத் தெரிய வாய்ப்பில்லை

நூறு சுருட்டுக்களைத் தொடர்ந்து புகைத்தாலும்
விலக மறுக்கும் புகாரும் நுளம்பும் சூழ்ந்தது
உங்கள் நகரம்.

எனக்கும் உனக்குமான கதவு இல்லை இது.
அப்படியான கதவொன்றை நாங்கள்
உருவாக்கிக்கொள்ளவும் முடியாது

அவர்கள் திறக்கிறார்கள். மூடுகிறார்கள்.
மறுபடியும் திறக்கிறார்கள்.
கதவுகளைப் பற்றித் தெரியாத காதலர்
புதைகுழிக்குள் இருக்கக் கூடும்.
அல்லது
நான் பிறந்து வளர்ந்த யாழ்ப்பாணத்திலும் இருப்பார்கள்
அவர்களுக்கு எல்லாப் பக்கமும் வாசல்
எல்லாப் பக்கமும் கதவுகள்
ஒன்றும் திறவா.

66. சிங்கத்தின் கதவு

எப்படியும் அவர்களுக்குக் கனவுகளும்
அடையா நெடுங்கதவங்களும் வாய்க்கக் கூடும்

அவர்கள் கதவுகளை உடைக்கிறார்கள்
வியர்வையும் புணர்வும் மிக
நீராடி ஊரோடி என
அலறுகிறார்கள்

பல ஆண்டுகளுக்கு முன்பு
என் உச்சத்திலும் உள்ளே நுழைய மறுத்த
ஒரு காமத்துளி
கதவின் வலது பக்க மேல் மூலையில் தெறித்தது.

அன்பு வெடித்துத் துளிர்க்கும்போது
மகவு உயிர்க்கும். விழிக்கும் என்பதெல்லாம் பொய்தான்.

இட்டதுளி. எடுத்ததுளி. விட்டதுளி.
நட்டதுளி எல்லாமே வலி.
சிங்கப்பூரின் கூலித் தமிழரின்
வெறுங்காற்றைப்போல.

67. திரிபு

போன வழியில் திரும்பி நடந்துவர
எந்தக் காதல் நெஞ்சும் அஞ்சும் என்பது
கடலோரக் கதை
வாழ்க்கை எப்போதும் குறிஞ்சியிலே
சுற்றிச் சுழல வேண்டும் என்பது
உயிரின் விதை

பட்டினத்துக்கு அடுத்தது பாலை
அங்கு முகமும் திரிகிறது
கடந்து செல்வதற்கு
நான் எடுத்துவைக்கிற ஒவ்வொரு கனவிலும்
ஒரு எரிமலர் விரிகிறது

அம்மலரா இம்மலரா உன்மலரா
என்கிற தீராத தத்தளிப்பின் தீர்வுக்கு
கடவுளிடமும் காண்டம் வாசிப்பவனிடமும்
கணவனிடமும்
குழந்தைகளிடமும் கவிதைகளிடமும் தொடை பிரியும்
யோகாசனத்திடமும்
இடையறாத பெருமூச்சிலும் விடை இல்லை.

68. தாத்தாவின் வல்லை வெளி

பெருநிலவு விழும்போது
அதனை ஏந்தப் போகலாம் எனச் சொன்னார் தாத்தா

அவருக்கு வெற்றிலையும் பாக்கும்
வீட்டில் கிடைக்கும்.
சுண்ணாம்பு இரவல்.
இடையிடை கஞ்சா
அது
பின்வளவின் செவ்வந்திப்பூப் பாத்திகளிடையே விளைவது.

சரி,போகலாம் தாத்தா என்றேன்.
தோளில் போட்ட துண்டை எடுத்து
என் மூக்கைத் துடைத்தார்
கிழக்கு நோக்கி நடந்தோம்.

வல்லை வெளி முழுவதும்
கொள்ளிவால் பிசாசுகள் இருக்கும் என்றார்.
பயத்தில் உடல் சிலிர்த்தது.
அந்த வெளிக்கு அப்பால்
வேறு மனிதர்கள் வாழ்கிறார்கள்
அவர்களுக்குப் பின்னால்தான் நிலவு விழும் என்றார்

அவர் என்னைத் தூக்கித் தோளில் போட்டது
மட்டும் நினைவில் இருக்கிறது. தூக்கம்.

ஏட்டுச் சுவடிகளில் இருந்த
அவரது சிவஞானபோத உரையும்
அதனருகே அவரது நாயனமும்
அவர் இறந்தபோது அவரோடு இருந்தது
என்பதும் பின்னர் ஒரு கலங்கிய நினைவு.

காந்தி

சேரன்

அதற்குப் பல்லாண்டுகளின் பின்பு
உயிர் தீய்க்கும் வெயிலில்
வல்லை வெளியைக் கடந்து சென்று
வெடி வைத்துத் தகர்க்கப்பட்ட
சனசமூக நிலையமொன்றுள்
சிதறிக் கிடந்த இளைஞர்களைப் பார்த்தேன்

அதில் ஒருவர் இரத்தினராஜாவின் மகன்.

அந்தச் செய்தியைக் கொண்டு செல்கிறேன்
அவரிடம்

இன்றுவரையும் சேர்ப்பிக்க முடியவில்லை.

69. தெரியாது என நாங்கள் மறுமொழி தர முடியாது

1. யாழ்ப்பாணப் பல்கலைக் கழக நூலக வாயிற்படிகளையும் புத்தகக் கட்டுகளையும் கழிப்பிடமாகப் பாவித்தோர்–

2. யாழ்ப்பாணத்தில் இலங்கைப் படையினரின் குண்டு வீச்சுகள் தமிழர்களைப் பாதிக்காது: முஸ்லிம் மக்களையே கொல்லும் என்பதால் அவர்களை மிகப்பெரும் காவலுடன் தென்னிலங்கைக்கு அனுப்பிவைத்தோம் என்று சொன்ன பாதிரியார், அருட்தந்தை, புலிக் கலைஞர்கள்–

3. பதினாறு பிளாக் கள்ளுக் குடித்த பிற்பாடு திருநெல்வேலித் தெருவில் அங்கும் இங்கும் எங்கும் என மாறிமாறி அலைந்தவனிடம் இந்தியில் கேள்வி கேட்கிறீர்கள். அவன் "சிவ சிவா" என அலறுகிறான். "ஜெய் ராம்" எனச் சொல்லு என அவன் கால்களை உடைக்கிறார்கள்–

4. "தெருப்புலவர் சுவர்க் கவிகள்" எழுதியவர் மாமனிதர். அவர் ராமரையும் அனுமானையும் கொண்டாடத் துவங்கியபோது தெருச் சுவரில் படம் வரையத் துவங்கியோர்–

5. குரங்கு புலியிலும் பெரிதோ எனக் கேட்பவர்கள்–

6. சுவர்களுக்குப் பயன்பாடு பல. எனினும் சிறப்பானவை இரண்டு: 1. சித்திரம் வரையலாம். 2. மூத்திரம் பெய்யலாம்

7. யாழ்ப்பாணத்தில் இந்தியும் சமஸ்கிருதமும் தெரிந்தவர்களை அணி சேர்ந்து வரக் கோரிக்கை விடுத்த வைசிராய்–

8. உறுதியான திரள் தசை, இறுகினால் ஆறு மடிப்புகளுடன் உடலை மெருகிடும் என்பது நியமம். அப்போ மருதனார் மடம் சந்தி அனுமானுக்கு எண்ணற்ற மடிப்புகளை வைத்த சிற்பக் கொலைக் கலைஞன்

9. நீர்வேலிக் கதலி வாழைப்பழத்தை நிலாவரைக் கிணற்றில் எறிந்துவிட்டால் அது கீரிமலைக் கேணியில் "திவ்யமாய்" மிதக்கும் என்று சொல்லிவிட்டுக் கனடா வந்தவர்–

10. இந்த மண் எங்களின் சொந்த மண். (சரி.போடா!!) அதை அள்ளியே செல்பவன் யாரவன்? நம் ஊரவன்! எனப் புதிய பாடல் எழுதியவன்–

11. காற்றும் வராத காகமும் வராத புரட்டாதிச் சனிக்கிழமை அன்று தாளித்த நறுமணம் தொடர் வாசனை எழுப்பி ஊர் கூட்டும் நடுப்பகலில் கள்ளுண்டு, காதல் பாடிக் களைத்திருந்தானுக்குச் சோறும் கறியும் தர மறுத்துத் துரத்திய கோமகனின் பெயர்–

ஓம். தெரியாது என நாங்கள் மறுமொழி சொல்ல முடியாது.

70. கொள்ளி

என்னைத் தொட மறுத்து
எப்போதும் சில அடிகள்
தள்ளியே கூட வரும்
நிழல்.

எமக்கான இடைவெளி

அங்கே ஒரு சந்தனத் தீக்கொள்ளியை
எறிந்தவள் இருக்கிறாள்
நான் எரிகிறேன்
நிழல் தொடர்கிறது.

71. ஒளிக்கும் இருளுக்கும் அப்பால்

பித்தன், பாவலன், காதலன் மூவரும்
காலடி மண்ணையும் காதலி கண்ணையும்
முத்தமிட முடியாமல் தோற்றுப் போனோர்

ஆயிரம் கால்கள் அவர்க்கிருந்தாலும்
நடக்க முடியாமல் தடுமாறுகிறார்கள்
அறம் முறிந்த கற்பனைகளுடன்
புதிய கற்பனைகளைச் செதுக்குகிறார்கள்

அவர்களில் பலர்
ஊனம் ஞானத்தைத் தருகிறது
என்கிறார்கள்.

உண்மைதான்.
பார்வை இழந்தவர்கள்
ஒளி பற்றித் தருகிற படிமங்களுக்கு
மற்றவர் கவிதை இணையாகாது
காலற்றவள் தனது எந்திரக் கதிரையை
குதிரையாக மாற்றுகிறாள்

அவளுக்கு எஞ்சியிருக்கும்
இரண்டே இரண்டு பொன்னிறச் சிறுவிரல்களால்
தானியங்களைக் கொய்கிறாள்
"என்னே விரைவு!" எனப்
பின்னே ஒதுங்குகின்றன கிளிகள்

காஞ்சி

சேரன்

அழகுதான். அழகுதான்.
என்றாலும்
வெற்று வார்த்தையும் வசனமும் அலங்காரமும்
எங்களுடைய போலி உணர்வுத் தோழமையும்
காலற்றவர்களை
நடைபாதைகளிலிருந்தும் எமது சிந்தனைகளிலிருந்தும்
வெளியேற்றுகின்றன

அவர்களுக்கு ஒளி
உங்களுக்கு இருள்

கவிஞனோ இரண்டுக்கும் அப்பால்.

72. சாம்பர்

காற்றில் அழுகுரல் வராத நாளுக்காக
காத்திருந்து
மரித்த அன்னையர்கள் எவரதும் பிள்ளைகள்
திரும்பி வரவில்லை.

73. அன்னா அஃமத்தோவாவுக்கு

ஒரு நாளும் இன்னொரு நாளும்
ஒரு மாலையும் இன்னொரு மாலையும்
ஒரு முத்தமும்
எப்போதுமே திருப்பித் தர முடியாத
இன்னொரு முத்தமும்
குளிர்காலக் கொடுங்காற்றும்
இன்னொரு கல்லறைக் காற்றும்
எவர்க்குமே தெரியாத இடங்களில்
எப்போதும் இருக்கும் சிறைக்கூடங்களும்
அவற்றின் கதையும் இன்னொரு கதையும்
ஒரு மூச்சும்
இன்னொரு மூச்சும்
ஒரேயொரு பெரு மூச்சும்
திரும்பி வராதவனும்.

74. ஒற்றைச் சிலம்பு

கண்ணுக்குத் தெரியாமல் ஒரு மரம்
எங்கள் வீட்டு நிலக்காட்சியில்
காற்றில்லாமலும் மெல்ல அசைகிறது
வீட்டுக் கிணற்றடியில்
இருநூறு ஆண்டுகளுக்கு மேலாக
அது கிளை விரித்து நின்றது
அதன் உதிர் இலைகள் ஒருபோதும்
கிணற்றுள் விழுந்ததில்லை
என்று பூட்டி சொன்ன நினைவு.

அந்த மரம் மாயமானது எப்போது என
ஒருவருக்கும் தெரியாது.

இப்போது
வீட்டின் மூன்று பக்கமும் அழகிய கிடுகு வேலி
அவற்றின் மேல்
முதல் மழைக்குத் துளிர்க்கும்
கிளுவை இலைகளின் நிறத்துக்கு
புதிய பெயர் வேண்டும்.
மொழிக்கு வணங்காத நிறம் அது.
பெயரற்ற நிறம். துளிர்.

அடர் இருளில் அந்த வேலிப் பொட்டின் ஊடாக
அவள் வெளியேறுகிறபோது மட்டும்
அவள் காலின் ஒற்றைச் சிலம்பு ஒலிக்கிறது
அது மற்றவர்க்குக் கேட்காது.
எனக்கு மட்டும்.
அந்த மரத்துக்கு மட்டும்.

O

75. மறுமொழி

பார்சிலோனாவில் ஒரு சிறிய அழகிய
புத்தக நிலையம்

கவிதை நிகழ்த்திய பின்
இறங்குகிறேன்.
காலடி தளர்கிறது.

"உங்களிடம் ஒரு கேள்வி கேட்கலாமா?"
மூன்று ஆண்டுகள் முன்பு என்பதால்
கேட்டவரின் முகம் முற்றாக நினைவில் இல்லை
அவரின் வாசனை மட்டுமே தெரியும் –

   "கேளுங்கோ"

இவ்வளவு அவலம்,
இனப்படுகொலை,
சொற்கள் தாங்காத துயரம்
இவற்றின் நடுவே
எங்கே இருந்து வருகிறது புன்சிரிப்பு?

76. பனியில் எழுதுதல்

இன்று பின்மாலை
உறைபனி, மென்பனி, பிஞ்சுப்பனி,
தூவிப்பனி, உலரும்பனி
எல்லாவறையும் கடந்து
ஈரக் காட்டுக்குள் வருகிறேன்.
அந்த காட்டின் பின்னால்
முற்றாய் உறைந்திருக்கும்
பாதிக் கடல்

கரையில் எஞ்சி இருந்த மரத்தின்
மூன்று கொப்புகளிலும்
மூன்று பறவைகள்.

துடிக்கும் வால்.

நிராசையுடன் பறக்கும்
எஞ்சியிருந்த இலைகள்.

முகில் எங்கிருந்து
உருவாகின்றதென
அப்போது கண்டேன்.

அவை மேலெழுந்து திசையறியாது
பரந்தபோது
பிரியாவிடை சொல்லத் தோன்றவில்லை.

77. கறுப்பாய் இருத்தல்.

வெஞ்சினத்தின் நிறம்
கறுப்பாக இருந்த பெரும்பொழுதில்
தோழர் கே.
1806 மரங்களைச் சாலையோரம்
நாட்டினார்

தெருவும் நடைபாதையும்
பெருஞ்சோலையாக மாறின.
அந்தத் தெருவில்
அவருடைய பேரன்
உடற் பயிற்சிக்காக ஓடுகிறான்.

சாலை மலர் அவன்.

அவனைத்தான் கொன்றார்கள்

சிதறிய குருதித் துளிகளில் ஒன்று

காற்றில் பறந்தது.
கனவில் இருந்தது.
இன்னும் தரையில்
இறங்கவில்லை.

o

78. இரவு அவர்களோடு போய்விட்டது

இரவு அவர்களோடு போய்விட்டது.
கூடவே
எனது மதுக்குடுவையும்
இப்போது உப்புக் காற்றும்
ஓடையில் நழுவிச் செல்லும்
பரல் கற்களில்
அவள் எழுதிய
மோகத்தின் பாடலும்.

79. தண்டபாணி தேசிகருக்கு

நீல இரவில் ஒரு நாள்
அவன் குரல் கேட்டேன்
ஆடிய பாதமும்
ஏற்றிய தீபமும்
அவன் உயிரில் ஒளிரும் தமிழும்
மானுடம் சுடரும் இசையும்
ஆர்த்தெழும் பெருங்காடுகளையும்
கனவின் எல்லையற்ற கோலங்களையும்
எம் மந்திர மொழியில்
எழுப்புகின்றன.

"துன்பம் நேர்கையில்
யாழ்.
இன்பம் துய்க்கையில்
வாழ்"

கடலைக் காற்றாக மாற்றும்
உன் குரலுக்கு
என் கவிதை தரும்
நிறமும் அழகும்
முடிவற்றது.

80. பட்டினப்பாலை

காற்று
கடல்
மனிதர்
கூக்குரல் எழுப்பும் ஆவி
ஒன்றும் இல்லை
யாருடைய பட்டினத்தின் மீது
இருக்கிறது இந்தக் கல்லறை?

ஒரு துளி மது
எப்போதும் கூட இருக்கும்
கஞ்சாப் புகை.
தெருவில் அலையும்
உன் புன்னகை
அதன் மேல் ஓயாமல்
உதிரும் இலைகள்.

கூட நான் வருகிறேன்.
காலம் எனது கொடும் பாடல்

81. போர்க் காலம் முடிந்துவிட்டது

அப்படித்தான்
நம்ப விரும்பினேன்.
எனினும் உலகம் கோணலானது.

உயிரின் மகிழம்பூ நறுமணத்தை
இறப்பு
திருட முடியாது.
நெடுஞ்சுவரைக் கரைக்கும்
கவிதைகளை ஒருத்தி எழுதுகிறாள்
அழுகை துணை இருக்கிறது.
பெரும்புயலில் உலகம் தத்தளிக்கும் போதும்
பறவை கூடு சேர்கிறது.
குஞ்சுக் குருவி பாடுகிறது

அதன் பாடல்

ஒரு ஏவுகணையையாவது
தடுத்து நிறுத்திவிடும்.

நம்புகிறேன்.

82. மூதாளர்

நட்சத்திரங்களின் முடியில்
எல்லையற்று உடைந்து சிதறும்
ஒளியில்
அழியாத பெருங்கனவில்
எல்லாப் பக்கமும்
நினைவின் முட்கள் தொடர
பேசமறுக்கும் கண்கள்.
நழுவிப் போகும் ஒளி.
சா வீட்டில்
பொருளற்ற அகல் விளக்கு..

83. ஒளி

ஏரி உறைந்த இரவில்
ஆயிரம் ஆயிரம் குருவிகள்
மாரி நெடுந்தூக்கம் தவிர்த்துப்
புலம்பெயர்ந்து சென்ற நடுப்பகலில்
எல்லா இலைகளும் உதிர்ந்த
துயர் மிகு காலத்தில்
எஞ்சி இருக்கும் சூரியனுடன் ஒரு துளி மதுவைப்
பருகுகிறேன்.
"அப்பா, ஒளியே வெறுமை"
என்கிறாள் மகள்.

84. தொலைந்தால் திரும்பி வராதவை

அக்கறையற்று நீ
எழுதிய கடிதம்
காமத்துக்குப் பின்
நள்ளிரவின் பெருமூச்சு
கண்ணாடி அறைக்குள்
மின்னும் வண்ணத்துப் பூச்சி
பருக மறந்த பூநா.

85. தொலைத்தாலும் திரும்பிப் பெறுபவை

ஈரத்தில் வேர்கொண்ட
அன்பு
மன்னிப்பில் நெகிழும்
கணம்
பழைய காதல்
பாடப் புத்தகத்தில்
தெறித்த விந்துத் துளி.
எல்லார்க்கும் பெய்யும் மழை.

86. எழுத்துக்கு அப்பால்

அப்போதும் இப்போதும்
எப்போதும்
இதுதான்.
ஓம்.
இதுதான் என் கையெழுத்து
தலை எழுத்தைக் காணாமல்
தொலை தூரம் அலைவு
உலைவு.

87. உயிர்

கனவில் எரியும் கட்டில்
கட்டிலில் எரியும் கனவு
கட்டிலோடு எரியும்
கனவு

மயிர் எரிவது
உனக்கு
உயிரும் மயிரும் எரிவது
எமக்கு.

88. புழுதிப்பனி. துலங்காத சூரியன்.

சாளரத்தின் வெளியே
இப்போதுதான்
என்னுடைய சிட்டுக்குருவி வருகிறது
வழமைபோல
அரிசி கொஞ்சம் கிள்ளிக் கொடுக்கிறேன்

அதன் சிறகுத் துடிப்பு
பெரும் நெஞ்சக் கிளர்ச்சி
கண்கள்தான் தமிழின் ஓயா அலைகள்

வரும். போகும்.
இருக்கும். பறக்கும்.

(மஹாகவிக்கு)

O

89. எரிக்கலாம்

பலமுறை
எவர் குரலையும் நான் கேட்கவில்லை
உலகைக் காப்பாற்ற
என்னுடையதும் உன்னுடையதும்
கவிதை போதாது
எரிக்கலாம். எரிவோம்.
ஒளியிலும் மீட்சி இல்லை.

(போல் செலானுக்கு)

90. சோமிதரனுக்கும் சந்தரஸிக்கும்

நெருப்பில் நூலகம்
நெருப்பே நூலகம்
நூலகம் நெருப்பு
நினைவும் நெருப்பு
எரிப்பே நினைவு
நினைப்பே எரிவு.

91. மைக்கேலுக்கும் பிருந்தனுக்கும் அனாமிகாவுக்கும்

உறைபனியில்
ஆழ்ந்து தூங்கும் கடல்மீது
எந்த நிழலும் விழாது.

மேலே நடந்து செல்லலாம்
எல்லோருக்கும் வழிவிடுகிறது
எல்லைகளை அழிக்கிறது
இருளுக்கு வண்ணம் சேர்க்கிறது

தர மறுத்து
என்னுடைய நினைவுகளைப் புதைத்து வைத்திருக்கிறது.

92. அடர்பனி

புயலுக்குப் பின்
நிலா எழுவதை நீங்கள் பார்க்க வேண்டும்

நீங்கள் எங்கே இருக்கிறீர்கள்
என்பது கேள்வி அல்ல
எத்தகைய புயல் என்பது கேள்வி அல்ல
வெள்ளப் பெருக்கு, மண் சரிவு,
பேரரசுகள் அழிந்தாலும்
பல்லாயிரம் காலங்களுக்கு
அழியாப் பெருந்தோழியாக இருந்த
ஒற்றைப் பெருக்க மரம்
ஏன் இன்றும் சாயாமல் இருக்கிறது
என்பதும் கேள்வி அல்ல

இதை எழுதுகிறபோது
பனிப்புயலும்
கண்ணாடியை உடைக்கும் அதன் இயல்பான
வெஞ்சினமும்
எம்மைச் சூழ்கிறது
இவை எல்லாவற்றுக்கும் தப்பி
இந்த அதிகாலையில்
யன்னலோரம் ஒரு சிட்டு
சிறகுலர்த்துகிறது, சிறகடிக்கிறது.

93. கறுப்பு

அவளுடைய வடிவும் செருக்கும்
நிறமும் ஒளியும்
அவளுக்குத் தெரியவில்லை

மழையில் தோய்ந்த பனைமரம்போல்
ஒளிரும் கறுப்பும் காதலும்
அவள்

சுட்ட பழமா, சுடாத பழமா
எனத் திகைக்கவைக்கும்
நாவல் பழ முலைக் காம்பும்
அவளுக்கு வெறுப்பேற்றுகின்றன

ஆற்றங்கரைக்கு வா
ஆடை களை
பாதி நிலவு ஒளிரும் நீரில் இறங்கு
அப்போது
ஆற்றில் எப்போதும் விரியாத
பூக்களைப் பார்க்கிறோம்

கறுப்பில் விளையும் காமம்
உலகப் பேரொளி.

94. கறுப்புக் கடல்

தென்திசைக் காற்றில்
ஓராயிரம் இலைகள்
துயருடன் பறக்கின்றன

எந்தக் கடலிலும்
விழ மறுத்து அலைகின்றன
அவைக்குத் துணை நிற்பது
எப்போதும் அணையாத
கொங்கைத் தீ

அதில்
ஒரு பொறி உனக்கு
ஒரு பொறி, நாம் கடக்க முடியாத
கறுப்புக் கடலுக்கு.

95. ஒரு பிற்பகலில் ஓராயிரம் எழுதியது

பாவலர் புரிந்துகொள்ளும்படி
எளிதாய் எழுத விரும்புகிறேன்

இடையறாத வலியைப் பற்றி ஒன்று,
இல்லாமல் போன கைகள்
இருப்பதான உணர்வு தரும்
மாயக் கனவுகள் பற்றி ஒன்று

முக்காடு போட்டு மறைத்தாலும்
எப்போதும்
எனக்காக ஒளித்துவைத்திருக்கும்
முடிவற்ற முத்தங்கள்பற்றி
நாவற்பழ முலைக்காம்புகள்பற்றி
ஓராயிரம்.

96. ஒளியாய் இருப்பவளுக்கு

காதலின் பொருளும் உணர்வும்
நெகிழ்வும் மாறிவிட்டன.
தொடாமலே பெருகித் தெறிக்கும்
சுக்கிலத்தைத் தரும் எந்திரக் குறிகள்.
முடிவற்ற காம உச்சங்களை
கொண்டாடும் மினனிதழ்.
மென்துகள். கணினித்திரை.
வேசி கைப்பேசி. கூலிக் காதலன்.

இவற்றைக் கடந்து
அரவம் ஒடுங்கிய இரகசியக்
கணத்தில்
உன்னிடம் வருகிறேன்.
பலநூறு கோடி நரம்புகளும்
உயிர் வழி நாடிகளும் சுடரும்
பிட்டமும் யோனியும்
இணையும் வழிகளில்
அழிகிறது நோன்பு

மழைக்குருவி
தன் கூடல் பாடலில்
என்னையும் உன்னையும் வாழ்த்துகிறது.

97. காதலர்கள்

அவர்கள் இருக்கும் வீட்டில்
சமையலறையில்
அடிக்கடி தீ ஓங்கி வளர்கிறது.
அடுப்பில் எதை வைத்தோம்
என்பதை மறந்துவிடுகிறார்கள்.

தோசை எரிந்து போய்விட்டது
என்பதை ஆசையால் கடக்க முடியாது.

வானம் எப்போதும் ஒளிராது.
இது வேறு நாடு. பகலின் நிறம் சாம்பல்.
அல்லது தீரா மழை. அல்லது உறையாப் பனி.

எதைச் சேகரிக்கிறோம்
எதைச் சமைக்கிறோம்
எதைக் குழைக்கிறோம்
எதைக் குடிக்கிறோம்
என்பதற்கு ஒரு தர்க்கமும் இல்லை

தூக்கம் இரவிலா, பகலிலா
அல்லது வேறு பொழுதிலா எனவும் தெரியாது

விந்தையும் மகரந்தத்தையும்
காற்றிலும் தூவிப் பனியிலும் அனுப்பும்
மந்திரம் அவர்களுக்குத் தெரியும்.

காந்தி

சோரன்

எந்தக் கவிதையும்
எந்த ஓவியமும்
அவர்களைக் கொள்ள முடியாது.

மார்கழிப் பனிக்காற்றும் கூதலும்
எழும் பிற்பகலில்
அவள் இருக்கிறாள்.
அவன் அழுகிறான்.

98. நீர் பாடியது

ஒரு கடல்
இன்னொரு "கைப்பிடியளவு கடல்
ஓராயிரம் கடல்
காலத்தை மீறிய கடல்
கொலைக் கடல்

தண்ணீரும் கடலும் எங்களுக்குச்
சாவின் வழிகாட்டிகள்
பயணம் என்பது
நாம் கட்டுண்டு செல்லும் வெள்ளைப் பயங்கரம்
பருகத் தரும் நீரில்
கசப்பும் வெறுப்பும் மலமும் ஓலமும் குருதியும்
அவலமும்

இறப்பின் கடைசி மணித்துளியில்
எழுந்த பெருமூச்சு
எல்லாக் கடல்களையும் நிறைத்துள்ளது
அழியாத் துயரமும் ஓயாத கண்ணீரும்தான்
ஆற்றினதும் அலைகளினதும் குரலாயிற்று

நாம் நீரில் அழிந்தவர்கள்
நீரால் அழிந்தவர்கள்

செம்புலப் பெயல் நீரும் நமதே
வேங்கைவயல் மல நீரும் நமதே!

99. ஆறா ஒளி

பாறைகளின் கீழ்
இரவில் அழுத கண்ணீருடன்
மறைந்திருக்கும் காடுகளை
நான் அறிவேன்

அவற்றின் கீழ்
எனதும் உனதும்
விருப்புக்குரிய முகில்கள்
எப்போதும் கீழே இறங்கி
வர மறுக்கும்
விரித்த பச்சை நெல்வயல்கள்

அவை மரித்த பிற்பாடு
பூத்து விரிகிறது சணல்
ஒளிரும் அதன் மஞ்சள்
எல்லா நிலங்களையும் ஆள்கிறது

அதுதான் ஆறு
அதுதான் ஒளி.

100. தஞ்சை

மொழிக்கு மதம் இல்லை
தஞ்சைப் பெருந் தேரை
ஒரு சொல்லால் நிறுத்தும்
மென் சொற்கள்
உங்களுக்கும் உங்கள்
பெண்களுக்கும்

அந்தச் சொற்களில்
ஆயிரமாயிரம் பெண்களதும்
குழந்தைகளதும் கலைஞர்களதும்
கூலிகளதும்
அவலக் குரலை நான் கேட்கிறேன்.

101. காயம் பட்ட நீர்

ஈழக் கவிஞர்கள் பலர்
மாறி மாறி எழுதித் தொலைத்த
ஒரு தொடருக்குத் திரும்புவோம்
"காயம்பட்ட நிலம்"

இன்று அதை விட்டுவிடுவோம்.
தருணம் இது
காயம்பட்ட நீரைப் பற்றிப் பேசுகிறேன்
அந்த நீருக்கு மேல்
எங்களுடைய ஆறா வடுக்களிலிருந்து
முடிவற்றுச் சொட்டும் துயரை
நீராய்த் தெளிக்கிறேன்

நீரின் வாழ்வு எளிதானதல்ல
பறைகளின் மேல்
மிகுந்த வலியுடன் வீழ்கிறது
கரைகள் இல்லாதபோது
ஆழ வேரோடிய மரங்களின்
ஆரத் தழுவலில் அது உயிர்பெறுகிறது

கடலுடன் கலக்க முன்பு
பேரலைகளுக்கும்
மொழியற்ற பாடல்களை
ஓயாது உருவாக்கும்
சிற்றாறுகளுக்கிடையிலும்
சிறு பொழுது துயில்கிறது.

காஞ்சி

சோரன்

நீர் கடலோடு கலக்கிறபோது
நட்சத்திரங்கள் கறுப்பாகின்றன
என்னுடைய புன்சிரிப்பு
மழையாகின்றது
கூடவே
பாம்புக் கழுகின் வேட்கைபோல
எங்களுடைய காலம் எழுகிறது.

102. புன்னகை

இருள் கவியும்போது
உள்ளே நுழையும் வாயில் தெரியவில்லை
அப்போதுதான் கிடைத்தது
நீங்கள் அனுப்பிய புன்னகை
சற்றே முன் மிதந்த பல்லில் என்ன ஒரு அழகு!

அவலத்தை எழுதித் தோற்றுவிட்டது
என் மொழி.
அதற்கு ஒளியில்லை
எல்லா ஓவியங்களிலும் சாம்பர்
எனக் கூவ விரும்புகிறேன்
எனினும்
உங்கள் புன்னகைக்கு முன்னால்
என் குரல் எழவில்லை.

ஆசிரியரின் பிற நூல்கள்
[காலச்சுவடு வெளியீடுகள்]

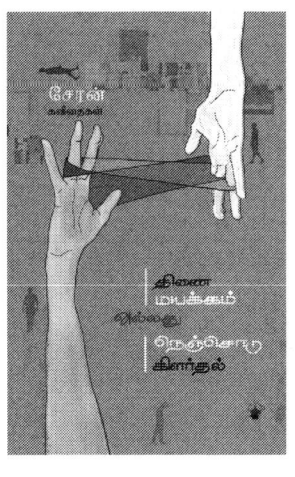

திணைமயக்கம் [அல்லது]
நெஞ்சோடு கிளர்தல்

(கவிதைகள்)

ரூ. 125

சேரனின் இத்தொகுப்பிலுள்ள கவிதைகள் திணை மயக்கமாகவும் நெஞ்சொடு போரிடுவனவாகவும் உள்ளன. மிக ஆழமானவை. இக்கவிதைகளில் அகமும் புறமும் பிரிய இயலாத நிறங்களின் திணைகளாக விரிகின்றன. அரேபியக் கவிதை வடிவமான கஜல், பசவண்ணாவின் வசனங்கள் ஆகியவற்றையும் நினைவு படுத்தும் இக்கவிதைகள் மெல்லிய இசையைத் தூவுகின்றன. காமம், அகதி நிலை, போர், காதல், சஞ்சலம், வன்முறை, பிரிவின் வெளி என வியப்பூட்டும் நவீன உள்ளார்ந்த பார்வையை இவை வெளிப்படுத்துகின்றன.

அஞர்

(கவிதைகள்)

ரூ. 100

போரில் மடிதலைவிட வாழ்தலைப் பற்றிப் பேசுவதை இன்றைய கவிஞனின் கடப்பாடு என்பேன். அஞர் போரின் வலியைக் கிளறி வாழ்வை நுகர்வதற்கான உரிமைக்காகப் போராட நம்மைத் தூண்டுகின்றது.

காடாற்று

(கவிதைகள்)

ரூ. 195

ஊழிக்கும் இனப்படுகொலைக்கும் பின் கவிதை எழ முடியுமா? எழுத முடியுமா?

முள்ளிவாய்க்காலுக்கும் நந்திக் கடலுக்கும் பின்னான சேரன் கவிதைகள் இந்தத் தொகுப்பில் உள்ளன.

நீரற்றது கடல்
நிலமற்றது தமிழ்
பேரற்றது உறவு

என்பது இந்தக் கவித்தொகையில் உள்ள தலைப்பற்ற ஒரேயொரு கவிதை.

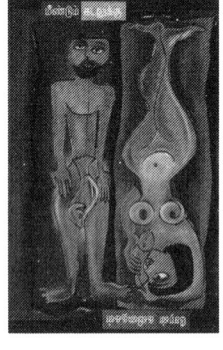

மீண்டும் கடலுக்கு

(கவிதைகள்)

ரூ. 100

எண்பதுகளில் ஈழத்துத் தமிழ்க் கவிதைப் போக்கின் மையப்புள்ளியாக இருந்த சேரனின் ஏழாவது கவிதைத் தொகுதி இது. அவருடைய கவிதைகள் அன்றைய காலத்துச் சமூக அசைவியக்கத்தின் பதிவுகளாக மட்டுமல்லாமல் சமூக விமர்சனமாகவும் அமைவதும்தான் அவற்றின் சிறப்பு. ஈழப் போராட்டத்தின் ஆரம்பகால அனுபவங்களை, தமிழ்ச் சமூகம் எதிர்கொண்ட நெருக்கடிகளை, ஒடுக்குமுறைகளை சேரன் கவிதை களாகத் தந்தபோது அது போராட்டத்திற்கு வலுச் சேர்க்கும் இலக்கியமாயிற்று. மறுபுறத்தில் சமூக விமர்சனமாகவும் அது விரிந்தபோது, சமூகம் சார்ந்த பல அரசியல், அறவியல், சமூகவியல் விவாதங்களுக்கு இட்டுச்சென்றது. அந்த வகையில் கவிதையின் இன்னொரு முக்கியமான பரிமாணத்தை அவருடைய கவிதைகள் வெளிப்படுத்துகின்றன.

நீ இப்பொழுது இறங்கும் ஆறு

(கவிதைகள்)

ரூ. 275

ஈழத்துக் கவிஞர்களில் முக்கியமானவராகக் கருதப்படுபவர் உருத்திர மூர்த்தி சேரன். இவரது கவிதைகள் போர்ச் சூழலின் கொடுமைகள், புலம்பெயர்ந்த வாழ்வின் அந்தர நிலை ஆகியவற்றிற்கிடையே இடைவிடாது பெருகும் மெல்லிய உணர்வுகளைப் பதிவு செய்கின்றன. அவை அறமற்ற வன்முறை குறித்த கேள்விகளைத் தொடர்ந்து எழுப்பு கின்றன.

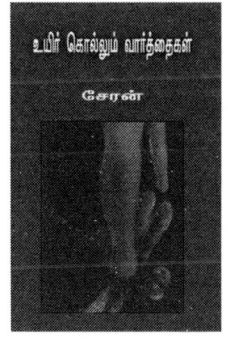

உயிர் கொல்லும் வார்த்தைகள்

(கட்டுரைகள்)

ரூ. 90

யாழ்ப்பாணத்திலிருந்து வெளிவந்த 'திசை', கொழும்புவிலிருந்து வெளியான 'வீரகேசரி' நாளிதழ் மற்றும் 'சரிநகர்', கனடாவிலிருந்து பிரசுரமான 'செந்தாமரை' ஆகிய இதழ்களில் வெளிவந்த சேரனின் பத்திகளின் தொகுப்பு இந்நூல்.

ஈழப் போராட்டம், ஐரோப்பிய பயண அனுபவங்கள், தமிழ் தேசியவாதம், திரைப்படம், மொழி, இதழியல், இசை, இந்திய ராணுவத் தலையீடு, ஈழத்து முஸ்லிம்களின் நிலை எனப் பல பொருள்கள் சுதந்திரமான விவாதத்திற்கு உள்ளாகியுள்ளன. புதிய தகவல்களையும் புதிய பார்வையையும் அங்கதத்துடன், தெளிந்த கவித்துவ நடையில் சேரன் வெளிப்படுத்தியுள்ளார். கருத்துச் சுதந்திரம், எழுத்துச் சுதந்திரம், இதழியல் சுதந்திரம் ஆகியவற்றை இவை முன்னிறுத்துகின்றன.

கோபத்தையும் சோகத்தையும் உள்ளார்ந்த தொனியில் வெளிப்படுத்தும் சேரனின் இந்தக் கட்டுரைகள் தீவிர விவாதங்களை எழுப்ப வல்லவை.

கடவுளும் பிசாசும் கவிஞனும்
(நேர்காணல்கள்)
ரூ. 140

தனது அனுபவத்தின் பெரும் பகுதியைத் தேசிய இனப்பிரச்சினை நெருக்கடியின் விளைவாய் பெற்றிருக்கின்ற சேரனின் குரலை அவரது கவிதைகளின் ஊடாக நாம் படித்தும் கேட்டும் வந்திருக்கிறோம். நமது வாழ்வைப் பற்றிய அவரது ஏழு கவிதைத் தொகுதிகளை நாம் இதுவரை படித்துமிருக்கிறோம். ஆனாலும் இப்போது தொகுத்து வெளியிடப்படுகின்ற அவரது நேர்காணல்களின் ஊடாக மனிதர்களின் பிரச்சினைகள் மற்றும் அவர்களின் துன்பங்களுடன், வாழ்கின்ற காலத்தின் சூழலை முன்னிறுத்திய கவிஞன் என்கிற அவரது பரிமாணத்தையும் தாண்டிய ஆளுமையையும் அதிர்வையும் இந்த நேர்காணல்களைப் படிக்கின்றபோது உணர முடிகிறது.

எம். பௌசர்